DI LẶC THIÊN TÔN

BẢO PHÁP
CHƠN KINH

THIÊN LÝ BỬU TÒA

Ấn tống lần thứ hai – Kỷ Sửu 2009

Thiên Lý Bửu Tòa ấn tống:

Lần thứ nhứt, tháng 10 năm Giáp Tý 1984.

Lần thứ hai, tháng 10 năm Kỷ Sửu 2009.

ISBN-13: 978-1-61653-000-6
ISBN-10:   1-61653-000-6

MỤC LỤC

THAY LỜI TỰA

Kính dẫn đại lược qua nguồn gốc quyển Bảo Pháp Chơn Kinh: Quyển kinh này do Đức Di Lặc Thiên Tôn giáng cơ tả tại Thiên Lý Bửu Tòa thuộc Cao Đài Đại Đạo Tam Kỳ Phổ Độ Huỳnh Đạo Thiên Khai [lúc bấy giờ] tọa lạc tại San Jose, California, [nay đã dời về San Martin, California.]

Đàn Khai Kinh vào ngày mùng 8 tháng 10 năm Quý Hợi (nhằm ngày 12 tháng 11-1983). Kể từ khai kinh về sau vẫn được tiếp tục những buổi đàn Phật tả kinh đến hoàn tất trọn quyển.

Tới kỳ lễ Trung Thu năm Giáp Tý 1984, Đức Chí Tôn ban hành sắc lịnh thiết lập lễ khai xuất Tân Kinh ra đời và ấn tống kinh này để tha độ. Thiên Lý Bửu Tòa phát hành Tân Kinh vào cuộc lễ Cầu An cho thế giới đại đồng Rằm tháng 10 năm Giáp Tý (1984).

Xét thấy quyền lực nhiệm mầu, lời Phật thuyết giáo rất chánh đại quang minh, chỉ bày phương tiện cho người thế sám hối hồi minh, tự ngộ tự giác để tự độ cùng độ tha, dìu dắt lẫn nhau trên đường đạo đức, lánh dữ làm lành cốt tránh họa chung phần giữa buổi đời hậu mạt. Thật là tâm hạnh đại từ bi của Đức Phật vô lượng vô biên không biết lấy chi sánh được.

Một là quyển Bảo Pháp Chơn Kinh quả là một phương châm cứu thế tối hậu. Nếu như thế chúng đại đồng đã xác nhận được lý đạo siêu thâm thì do đó sẽ gây dựng cuộc thái bình, lập lại đời sống đức thánh nhân hiền, vào ngươn thánh đức, cải tiến một nền xã hội đạo đức huy hoàng mà không cần áp dụng chiến lược, vũ khí, binh đao. Bất chiến vô tranh, chỉ áp dụng chơn tâm, tự giác và giác tha, dụng lòng bác ái từ bi thực hiện một chữ Hòa, ấy là phương pháp bảo vệ cho đại thế chúng được sinh tồn trên cõi sống duy vật lạc nghiệp an cư.

Hai là thực hiện đường tu trì trai giới sát luyện đạo công phu cốt giải thoát kiếp tử sanh, đáo vị hườn ngôi hưởng phước thanh nhàn thiên thu bất diệt.

Ấy là hai phương pháp tối hậu độ cho dương thời, âm siêu. Thế nên quyển kinh báu khi được khai xuất ra đời sánh như ơn Trời rưới nước cam lồ tịnh thủy mà cứu cánh nhân sinh buổi đời mạt hậu phân tranh, được sống lại như thuở thái bình ở đời thượng cổ, như cây khô mà gặp tiết mưa rào, thiệt là niềm đại hạnh, đại phúc lắm thay cho nhân loại.

Chúng tôi cũng mong sao cho tất cả quý độc giả sẵn lòng ái mộ, suy tầm sâu rộng tận đến nguồn cội đạo lý siêu thâm, mở rộng giác quan phăng đường chánh đại, góp tay giúp sức giải cứu thế cuộc suy đồi sớm được vãn hồi, quày đường thiện đức để cùng nhau dung hợp ý chí trên đường đạo pháp khử ám hồi minh, cùng đem lại hạnh phúc cho cuộc sống chung phần hiện tại nơi cõi thế gian này, ấy là chúng ta thực hiện được cái đại công đức vô lượng vô biên, ngõ hầu đền đáp lại tâm hạnh đại từ bi cứu thế của Đấng Chí Tôn Ngọc Hoàng Thượng Đế và các Đấng Phật, Tiên đã vì chúng sanh khổ mà tầm cơ diệt khổ để cứu vớt vậy.

Cẩn bút,

Đoàn Xuân Quan.

DIỆU MINH BẢO PHÁP DI LẶC CHƠN KINH

* * * * *

KHAI KINH

Thi:

Khai thị Chơn Kinh Bảo Pháp truyền,
Ân điển diệu thần ứng hóa duyên,
Sung mãn, căn linh hồi kiến tánh,
Lưu hành quảng đại thế bình yên.

Thi:

THƯỢNG NGUƠN khai dựng thế gần đây,
THÁNH ĐỨC trau tâm kịp buổi này,
DIỆU MINH vô lượng hoằng đại nghĩa,
BẢO PHÁP siêu thâm lý Đạo Thầy,
DI LẶC bửu truyền LONG HOA HỘI,
CHƠN KINH quán hiện phổ dương khai,
Cầu vấn, Phật ngôn minh chánh pháp,
Trí huệ sưu căn định kiếp ngay.

NAM MÔ A DI ĐÀ PHẬT! **DI LẶC THIÊN TÔN** điều ngự lai lâm.

NAM MÔ HUYỀN KHUNG CAO THƯỢNG ĐẾ NGỌC HOÀNG ĐẠI THIÊN TÔN.

Trên Kim Khuyết Tòa có **NGỌC HOÀNG** cao ngự chứng giám, **TAM TRẤN** oai nghiêm, **TAM**

6   THƯỢNG NGUƠN THÁNH ĐỨC

GIÁO thượng đỉnh, hạ kiệt địa phủ **THẬP ĐIỆN MINH VƯƠNG, GIÁO CHỦ ĐỊA TẠNG VƯƠNG BỒ TÁT** đẳng lai chầu hội thượng đại khóa khai xuất minh kinh, **LONG THIÊN HỘ PHÁP** đồng lai bảo hộ đàn tiền. Điểm trời biến động, gió cuốn mây giăng, Thiện nữ nhân hãy đại tịnh tiếp tròn linh điển, khi Lễ Khai Xuất được hoàn thành thì mây tan gió tạnh.

Hôm nay là ngày đại hạnh, đại phúc đến cõi Ta Bà này, hễ Chơn Kinh được khai xuất thì khí tiết dung hòa, toàn thể sanh linh sẽ hạnh ngộ điềm lành, đến chỗ cứu cánh chơn thiện mỹ, hễ đạt ngộ chánh pháp thì bỉ ngạn đáo sanh. Chơn Kinh là diệu pháp, hồi phục tánh linh căn. Kinh điển khai minh là thuyền từ vớt độ, rước kẻ thiện duyên, giúp kẻ tối được minh tâm, độ người hiền mau kiến tánh, kẻ tà vạy sớm hồi minh quày đường chánh giác, người mê mau thức tĩnh, kẻ dữ khiến nguyện lành, xa lánh nghiệp mê tân đã mấy ngàn năm luân trầm nơi biển khổ.

Kinh pháp là phương châm giúp đời diệt khổ, cải hóa, hồi minh, lập đức thánh, nhân hiền để tiến hóa sang triều đại thái bình, thoát qua cơn biến thiên đại cuộc.

BẠCH DIỆU HOA! Phần diễn tả Chơn Kinh sẽ hoàn toàn chú trọng về tinh thần, vì Chơn Kinh là báu trọng, thế gian đâu dễ tìm cầu! Thiện nữ cần tu yên thanh tịnh, thường tinh tấn; định là viên khai trí huệ; kinh pháp là vô lượng nghĩa. Chơn Kinh phát hiện như trời mưa xuống nước ma ha, cứu cảnh rối loàn buổi đời mạt hậu trược ác lỗi lầm, biến hiện sáng suốt tươi nhuận như ánh đuốc thiêng, như hoa trời rải khắp cõi đất, thơm quý như mùi hương chiên đàn bay khắp mười phương!

Nay giờ Khai Kinh! Các chư Thiên còn hội tại **NGỌC KINH ĐỀN**, Ta thâu hồi đại pháp, giã Thiện nữ nhân, kiếu.

Nam Mô Long Hoa Hội Thượng Phật Bồ Tát Ma Ha Tát.

DIỆU MINH BẢO PHÁP DI LẶC CHƠN KINH

* * * * *

ĐỆ THỨ NHỨT: NGUYÊN NHÂN ĐẠI ĐẠO

Tôi nghe như vầy: Lời Phật dạy rằng: Bạch Diệu Hoa, Thiện nữ nhân hãy tịnh tâm hướng về thượng giới, nhiếp thọ đại chơn ngôn nơi kim liên tòa, đài cao giữa không trung lời lành Ta nay nghiêm thuyết. Tánh phật đại từ bi, trí phật hằng soi khắp cảnh giới u minh, thế gian ngũ trược vạn khổ ách nơi chúng sanh. Phật thường dạo khắp thế giới Ta Bà, năng vì chúng sanh khổ nên thường nhập khổ để giải khổ cho chúng sanh. Dùng phương chước tâm mộ, sở thích, tín ngưỡng, nguyện vọng, cơ hội, trình độ, các phương tiện dùng làm môn hóa độ diệt khổ.

Ở cõi nhân gian thường có phật đương lai hằng sa, vô lượng kiếp. Nhứt là thời cuối rốt nguơn tam, vì sao? Vì bối cảnh nhân loài đã lâm nhằm cơ thế diệt. Đời trược ác vật chất đa sanh, vì phiền não tai ách chúng khổ, vì sanh lìa tử biệt chúng khổ, vì dục vọng sanh phiền não khổ, vì chiến họa binh đao khổ, vì bần cùng khổ, hoặc vì chiến họa nguyên tử khủng bố, mọi tai ách thường sanh, tiếng kêu than vang rền chẳng dứt!

Họa tiêu diệt đến với chúng sanh không ngừng nghĩ kể từ thời nhiệm ĐẠI ĐẠO khai minh lục thập niên qua ở hiện đại, sẽ diễn tiến đến tương lai trong những ngày sắp tới!

Hỡi thiện nam tử, thiện nữ nhân! họa tiêu diệt nguyên nhân từ đâu có?

Do định luật của Tạo Hóa phải chăng??

Bạch Diệu Hoa, hãy thay mặt cho tứ chúng giải đáp nhân duyên sâu mầu ấy thế nào?

(- Kính bạch Phật! Theo ngu ý của con thì họa tiêu diệt kỳ hạ nguơn này chắc không phải do Tạo Hóa, mà do vì loài người ở vào thời đại văn minh này đời sống vật chất, xã hội cấp tiến, đời sống hướng về vật chất nhiều hơn đạo đức, nghiệp nhân quả ở thế gian ngày thêm trầm trọng, đến lúc phải đền trả lẫn nhau gây thành họa diệt, chớ không phải do Trời định.)

- Lành thay! Thiện nữ nhân đã hiểu thật phải đó.

Thứ hai: vì nguyên nhân gì kỳ Tam nguơn **ĐẤNG CHÍ TÔN** phải khai minh **ĐẠI ĐẠO**, và tại nhân duyên gì lại tôn xưng là "**ĐẠI ĐẠO**"? Diệu Hoa, Thiện nữ xét hiểu thế nào hãy bạch trình lên.

(- Kính bạch Phật! Con vì trí nhỏ nơi kim liên đài con không đủ kiến thức phúc đáp việc lớn, lạy nhờ ơn Phật giảng độ!)

- Lời Ta chắc thiệt: Lòng Trời đức háo sanh vô lượng, lòng người tánh háo sát vô biên! Vào buổi đời mạt hậu này hễ người nào có tánh ác dữ thì mỗi lúc lại càng say mê thêm với nghiệp dữ, càng mê lầm lại gây tánh mê mãi chẳng dứt! Trái lại, người nào có tánh lành mỗi lúc tới lại càng tinh tiến hăng say trên đường hành thiện, mộ đạo pháp, thích xem kinh sám, ưa nghe thuyết giảng đạo lý sâu mầu, công quả không chán, bố thí lại ao ước được bố thí mãi, ham mộ trì trai, thích ưa đọc kinh khuyến đạo cho người khác, tóm lại những căn lành đó đều là các bực linh căn cả.

Hễ có người gieo nghiệp ác dữ, thì có kẻ gieo trồng giống lành, thiện và ác cứ đi song, lành dữ lẫn lộn, thiện ác khó phân, cõi thế gian là một cõi phức tạp. Phật, ma lẫn lộn nghiệp duyên xoay vần quả kiếp đời dời.

Nay Ta muốn hỏi Thiện nữ nhân Bạch Diệu Hoa, tánh người xét biết cõi sống duy vật này mọi tư tưởng ở thế gian người ta lấy cái điều gì làm quan trọng hơn hết? Bạch Diệu Hoa, Thiện nữ hãy bày tỏ tánh hiểu biết thế nào?

(- Kính bạch Phật! Con vốn hậu sanh trí thấp, vì lời Phật trên dạy, con xin vâng đáp theo ngu ý của con. Bạch, con cảm nghĩ, nếu như tâm lý chung của người thế gian thì chắc đa số người ta nghĩ rằng chỉ có tiền bạc là món quan trọng cho đời sống hơn hết. Nhưng riêng con thì con thấy không phải! Chỉ có sự sống chết mới là quan trọng hơn hết, vì kiếp người đã được sanh, trưởng không phải dễ có, từ khi đã được trưởng thành, có cả trí khôn tài giỏi hoạt bát thông minh, học thức, nghề nghiệp, kẻ thì lập sản nghiệp kinh doanh, người vào quan chức, bác học, võ nghiệp, văn khoa, cứ mặc sức kinh dinh ngang dọc, nếu rủi khi vấp ngã, cái thân mạng phải chết, sẽ không tạo sống trở lại được cái kiếp đó, thoảng như vấp ngã về tiền tài, bị thất bại phá sản, thân mạng còn đó họ vẫn tạo của cải lại được, như vậy tức là cái thân mạng quý, chỉ có sự sống chết mới quan trọng hơn hết.)

- Lành thay! Rất phải đó, nhưng chưa đầy đủ. Vì tâm tánh chúng sanh cũng phải còn chú trọng các món khác nữa, vì tánh mê lầm cứ xem vật chất là báu trọng, không xét thân mạng là quý báu hơn, lại vì cái nhỏ mà đánh liều thân mạng không tự hồi minh, đem cái thân mạng nhúng vào tai họa đổi lấy các món không đáng!

Các món ấy là gồm những gì? **DANH, LỢI, TÌNH, TIỀN tức là 4 cái liều thuốc độc dược của nhân loại**. Tất cả thân mạng vì tánh mê lầm phải nhiễm vào 4 cái liều ĐỘC DƯỢC đó mà quên hẳn cái thân mạng quý vô giá của chính mình nở không giác tánh!

Vào đời hậu mạt này, chúng sanh chỉ vô ý thức, cứ mê nhiễm vật chất đem thân mạng nạp cho 4 cái món vô tri đó! Bao nhiêu xương máu, bao nhiêu cuộc chiến tranh, giết hại lẫn nhau, tham tàn ác dữ, hễ chết thân mạng là cuối cùng, vì đó mà gây thành nghiệp quả! Hễ vay nợ máu thì phải đền thân mạng, chết kiếp là hủy diệt, cái truyền kiếp nhân quả ở chúng sanh, nghiệp duyên tới vạn kiếp mãi đến thối thân cũng chưa giác tánh biết thân mạng!

Khắp cõi đất, nước đều hay gây cảnh tương tàn tương sát, người chẳng biết thương người, vật không lòng mến vật, làm nhằm tệ trạng mưu diệt lẫn nhau làm cho tiếng khóc thảm rền vang rúng động tới cõi hư linh chẳng dứt!

Đã hằng gây cuộc chấn động nơi cõi đất, làm cho khí tiết thường hỗn loạn biến sanh những triệu chứng kinh hoàng, đất chuyển trời long, cuồng phong thủy lụt thường biểu hiện ở khắp nơi, có khi tới mức độ dữ dội như hỏa diệm! Vì khí hậu trược ác đã mãn địa xung thiên, mịt mịt như khói un, lấp che cả bầu không gian thanh tịnh, làm cho khí thanh hư không thể phưởng phất tới được hầu trợ tá dương sanh, cõi đất sống chỉ ưng chịu với khí hậu trược, âm thuần, nên khó thể gìn an bảo tồn thiện phúc!

Nếu đã thuần nhiễm khí hậu thiên, lòng người càng sanh mê bất phân thiện ác, không thấy sự quấy lỗi nơi tánh, năng tư tưởng sự quấy tham dục vọng, không ưa điều lành, ghét chê đạo pháp, bất nghĩa, bất nhân!

Trừ những người có thiện tâm, thiện tánh, hướng mộ tu trì, lập tâm cầu đạo, đó là linh căn.

ĐẤNG CHÍ TÔN vì đức háo sanh vô lượng, không thể mặc nhiên nhìn vào cảnh tượng thống khổ bi đát ở cõi sanh linh hằng tái diễn!

Một thuở ấy, nơi Đền Bạch Ngọc hội đủ chư thiên, tam giáo công đồng hội chầu **NGỌC ĐẾ**, **ĐẤNG CHÍ TÔN** dùng đại ngôn tuyên phán rằng: "Thế cuộc hậu mạt Tam ngươn nhằm thời mạt pháp, nhơn sanh nhiều tội, chiến họa binh đao, thiên tai địa ách, cuộc đời tiêu diệt sẽ đến với nhơn sanh! Ta nay quyết chủ quyền khai minh Chánh giáo tận độ sanh linh, không thể để cho đại họa diệt vong đến với sanh linh một lần thứ ba nữa".

Giờ hội chầu nơi Kim khuyết đông như hằng sa vô số kể! Khi ấy bèn có một vị Đại Hạnh Pháp Vương Tử bước ra thủ lễ, vai hữu bày ra, một gối đặt xuống, đại ngôn trình tấu: "Bổn tánh đương nhiên đại bi vô lượng, duy độc ngã giả, bất khả dụng tu (Nếu chỉ một tôi có lòng đại bi không thể hành tròn việc lành). Nay nhờ ơn Đấng Đại Từ Lành đã công phán giữa đền, Pháp tử nguyện tùng duyên hóa độ, lai đáo trần gian chịu kiếp khổ làm người, dùng đạo pháp THẦY TRỜI làm phương châm dìu độ chúng sanh, nguyện giác tha bốn chúng giải cứu tánh mê, cầu Đạo vô thượng lánh khỏi họa diệt, nếu không hành tròn nguyện, quyết không trở về đất Phật!".

ĐẤNG CHÍ TÔN vì cảm lời đại thệ nguyện của Đại Hạnh, Ngài bèn đại ngôn phát lời đại thệ nguyện: **"Nay Ta vì nhơn sanh quyết lập Đạo cứu thế, nếu Đạo không thành, Ta nguyện không trở lại Ngọc kinh!"**

Hoằng thệ thâm như hải! Đức rộng đã vô biên! Khi ấy, nơi Linh Tiêu Đền toàn tất chư phật, tiên, thánh và các trời, rồng đồng phát hiện hào quang, vô cùng cực ngỏ lòng tán thán đại công đức từ bi vô lượng của Đấng Chí Tôn cùng Đại Hạnh Pháp Vương Tử! Bỗng nhiên tại nơi Ngọc đền ngàn muôn thứ hoa đồng nở một lượt, khoe đủ màu sắc tươi sáng như hào quang! Mùi hương hoa bay thơm bát ngát, mùi hương chiên đàn thơm khắp mười phương! Nhạc trời trổi vang động! Các chư thiên đồng mặc tịnh một giờ để tán thán ân đức vô lượng ấy! Sau khi thưởng thức các điệu, trở lại hội đàn có hằng hà sa số chư phật, thánh, tiên cũng đồng phát nguyện đáo cõi trần lao, chịu kiếp khổ làm người để giúp **THẦY** hành thâm đại công đức! Dụng Đạo THẦY TRỜI làm phương châm hóa độ chúng sanh khử ám hồi minh lánh họa diệt, dựng cuộc thái bình, nếu không tròn thệ nguyện quyết không đáo vị! Lúc bây giờ lại cũng hằng ngàn thứ hoa đủ màu sắc đồng nở hết một lượt, mùi hương thơm bát ngát khắp cõi! Sáu điệu nhạc lại trổi lên vang động tán thán công đức vô biên vô lượng của tất cả chư thiên vô cùng cực! Một giờ sau, các điệu đồng êm lặng, **ĐẤNG CHÍ TÔN** kịp giờ công phán đại ngôn, truyền lịnh khai thị đại tôn danh Đạo ấy là: "**ĐẠI ĐẠO TAM KỲ PHỔ ĐỘ**" và Đạo danh Ngài là **CAO ĐÀI**, lấy hai chữ **CAO ĐÀI** để làm tên chánh của cái Đạo, và Ngài dạy rằng: **CAO ĐÀI ĐẠI ĐẠO TAM KỲ PHỔ ĐỘ.**

Thi:

Tiền ẩn đại danh **CAO** bắc khuyết,
Hậu xuất hoa khai **ĐÀI** thông truyền,

HUỲNH ĐẠO phổ dương **Đồ Bát Quái,**
THIÊN KHAI nhứt mạch thái bình yên.

đồng thời đăng danh nơi Kim Ngọc Bảng, và Ngài giảng danh rằng: "**Mối Đạo CAO ĐÀI được thành danh ngày nay là có đủ cả Tam Giáo. Hễ tam mà quy nhứt thì thành ĐẠI, ở trong TAM GIÁO gồm có NGŨ CHI; TAM GIÁO quy tức có NGŨ CHI hiệp, sẽ thành một mối Đạo lớn nhứt!**"

Khi ấy từ nơi Kim ngọc bảng chiếu hiện hào quang đủ năm sắc sáng chói tỏ rạng vô cùng cực, cả thảy đồng nhìn thấy hết thảy mọi viễn tượng ở cõi thế giới Ta Bà từ một tới 100 năm thế diệt, ĐẠO cứu vớt như thế nào, đời diễn tiến thế nào, khổ ách dường bao, tất cả đều biến hiện không sai một mảy! Và từ 100 năm tới 500 năm, từ 500 năm tới 5000 năm, đều biểu hiện cả thảy!

(- Kính bạch Phật, tám chữ danh xưng như vậy con thấy đã hoàn thiện hoàn mỹ rồi, nhưng nay nơi hải ngoại lại có mở thêm ĐỆ NHỊ và có trên danh xưng thêm 4 chữ HUỲNH ĐẠO THIÊN KHAI nữa, con muốn thông đạt được nghĩa đó. Lạy nhờ ơn Phật giảng độ.)

- Diệu Hoa! Thiện nữ vừa cầu hỏi, Ta sắp giảng nói đó. Nhân bốn chữ "**HUỲNH ĐẠO THIÊN**

KHAI", vì chữ **HUỲNH** là sắc thái màu vàng, **ĐẠI ĐẠO** khai minh địa cảnh tại vùng Đông Nam của quả đất thuộc nhằm châu Á, bổn Quốc Đạo tại Việt Nam dân tộc da vàng. Vào thời điểm sơ khai Đạo chỉ truyền thông nơi bổn xứ, nên không được phổ dương cái đại tôn danh là **HUỲNH ĐẠO**, chờ khi Đạo được xuất dương phổ truyền khắp các cõi nước, đủ các sắc thái dân tộc được thấy biết cái Đạo **THIÊN KHAI** thì chúng mới thấy là mối Đạo ấy đã khai xuất và hoằng dương tận độ là chỉ có giống người da vàng, đem cái **THIÊN ĐẠO** dựng lập Cơ Cứu Thế, chỉ có một màu da vàng làm được cái đại công đức đó, về sau này tất cả các sắc thái khác mới chịu tin theo.

(- Con xin tạ ơn Phật 3 lạy và kính Phật, vì con đã nghe lời Phật giảng rằng: THẦY không muốn để cho cõi nhơn sanh bị họa lớn tiêu diệt như hai kỳ trước, tức THẦY quyết không để có đại họa kỳ thứ ba, như vậy vào thời thượng nguơn thánh đức cũng có lâm vào đại họa diệt thế như vậy là thế nào? Tự con chỉ nghĩ ở đời thượng cổ là đức thánh nhân hiền.)

- Bạch Diệu Hoa! Thiện nữ nhân phải xét biết, bất cứ thời kỳ nào sự tấn hóa trên vũ trụ cũng diễn tiến y như kiếp sống của nhân vật, cũng ở trong bốn cái nguyên lý kiếp là **SINH, TRỤ, DỊ, DIỆT.**

Hễ rốt tới sau chót thì phải có thời nhiệm cực tiến, cực phát minh, cực ác dữ, nên phải lâm nhằm cơ hủy diệt kiếp! Ở trên cõi thế giới Ta Bà này từ hữu hình lẫn đến vô tri hễ có sanh phải có diệt, có sắc có tướng đều có hoại có diệt.

Không nên lầm rằng ở thời thượng cổ về sau không có họa diệt. Thiện nữ hãy tịnh tâm nghe Ta thuyết minh đoạn này.

Nam Mô Long Hoa Hội Thượng Phật Bồ Tát Ma Ha Tát.

DIỆU MINH BẢO PHÁP DI LẶC CHƠN KINH

ĐỆ THỨ HAI:

TẠO HÓA và NHÂN DUYÊN HỌA TIÊU DIỆT

Vì **ĐẤNG CHÍ TÔN** là **TRỜI TẠO HÓA**, luật tuần hoàn khai dựng có ba nguơn: nguơn đầu thuộc nguơn Khởi Thủy, trước hết là sanh thảo mộc, kế sanh thú cầm, sau rốt là nhân loại.

Từ khi có nhân loại, lúc đầu hình dạng còn giống như loài thú rừng, chỉ khác là biết đi hai chân. Thuở ấy đời sống còn lương thiện và bền lâu vô lượng kiếp. Khắp hoàn cầu non thanh nước lịch, vô cấu bất tranh, ngọc báu lót đàng, non vàng không ai làm chủ, san hô, hổ phách nơi hoang đảo như núi đá đầy dẫy không kẻ đến cầu tìm, đời sống loài người không nhọc sức cày bừa, ngũ cốc mọc đầy đồng xá, chỉ cần lượm lấy đủ dùng rồi ngao du thong thả.

Trái ngọt thiên nhiên bốn mùa trổ chín đầy rừng, người cùng vật hưởng có thừa không khi nào thiếu hụt. Lòng người không độc ác, lòng thú chẳng dữ hung, không có loài thú ác như rắn độc, chim ác. Người và thú không đe dọa mạng sống lẫn nhau, kiếp người lâu đến mấy trăm năm không hay bịnh hoạn.

TẠO HÓA: Luật tuần hoàn chuyển luân, máy tạo cứ dần xoay hết thạnh tới suy, cơ tấn hóa cứ luân lưu theo vòng thuận chuyển, hết hồi Thiện Đức tới lúc mở mang, tấn hóa tới biết tốt xấu, lần lượt khôn xảo, cạnh tranh, tư hữu, tấn mãi tới mức cùng cực độ là ác dữ. Ác dữ tới cực độ thì phải bị tiêu diệt. Đó là cơ Tạo Hóa biến chuyển do hành tàng của định luật thiên nhiên cấu tạo, do sự vận hành tạo hóa từ hỗn nguơn đã luân lưu mãi mãi không bao giờ ngừng, hễ đến giáp vòng thì phải luân lưu trở lại.

NHÂN DUYÊN: Ở trên cõi sống của nhân vật là một chỗ hỗn độn phức tạp, tấn hóa và thối chuyển, từ loài người tấn hóa phật, tiên, thánh; từ phật, tiên, thánh có thể bị thối chuyển sang đến kiếp thú cầm, cũng từ nơi cõi giái trung mà thành. Gọi một chỗ giái trung tức có thể tiến hơn, hoặc thối trở lại, mà nơi đó là cái trường "NHÂN QUẢ", cứ hễ tạo NHÂN gì thì có ngay QUẢ đó, nhân duyên đeo mãi, tấn thối tại TÁNH.

Cái Nhân Quả là cái trọng đại hơn hết ở cõi giái trung này. Lưới trời thưa, luật chẳng thấy, lẽo đẽo vương khó gỡ ra. Cứ chết, sống để làm cái đà tấn thối rất sâu mầu kín đáo, dầu cao bay xa chạy khi chết tránh đâu! Thể thân xá hủy rồi quyền lực

NHÂN QUẢ không phương chối cãi, tội phước có sổ thần biên chép một tấc chẳng ly!

Tất cả giái trung muôn luật, chỉ luật **NHÂN QUẢ** là trọng đại hơn hết!

Vì **NHÂN QUẢ**, kết họa tiêu diệt. Tiêu diệt có ba trạng thái:

1) Họa tiêu diệt: cá nhân diệt, tai nạn diệt, bịnh chướng diệt.

2) Thế diệt: tức là chiến tranh diệt, tập thể diệt bằng cách người diệt.

3) Hủy diệt: tức thiên tai đồng chung thọ nạn diệt.

NHÂN DUYÊN họa diệt có ba yếu tố:

1) Nhân vì cơ tấn hóa luật tuần hoàn, làm cho loài người tự tiến, từ khôn, xảo, biết giành giựt, biết sát sanh giết thú vật làm miếng ăn, biết lập phe kết đảng, lấn đất giành non để bảo thủ miếng ăn, mạnh được yếu thua, giết hại lẫn nhau vì miếng ăn, vì chỗ ở đã khởi vào nạn tiêu diệt. Cứ hễ giết nhau là oán thù phải trả, kiếp **NHÂN QUẢ** cứ nối liền, giết thú làm miếng ăn thì thú giết người ăn lại! Tức là chúng sanh đã biết ăn uống lẫn nhau gây nhân duyên đời đời chẳng dứt! Và

họa tiêu diệt cứ phát sanh theo đà tấn hóa không ngừng!

2) Nhân vì chúng sanh dựa theo đà tiến gây nhiều tội trạng, nghiệp quả năng gieo. Câu **ÁC LAI ÁC BÁO** là cái nghiệp **NHÂN QUẢ** chung phần ở cõi sống chết, và cứ vay trả, trả vay vạn kiếp chẳng thôi! Hiện kiếp dầu không trả đó, bỏ xác rồi sau phải tái kiếp đền bồi! Bất cứ ở vào thời đại nào, hễ càng nhiều kiếp, cơ tấn hóa càng cao độ thì nhân loại càng vướng vấp nghiệp **NHÂN QUẢ** nặng nề, càng rời xa đạo pháp thiên về vật chất, nghiệp ác dữ càng thêm trầm trọng cứ qua lại, lại qua giết hại lẫn nhau diệt lần nòi giống, từ trạng thái tiêu diệt lần sang đến ảnh hưởng quá nặng nề hơn tức là chiến tranh phát khởi từ nhỏ tiến tới các cuộc đại chiến, mỗi kỳ vào cuối nguơn là phải có họa thế diệt, do vì QUẢ nọ NHÂN kia tự người làm nên họa diệt cho cả tập thể loài người, vì **NHÂN QUẢ** mà thành vậy!

3) Nhân vì vào mỗi cuối nguơn gặp nhằm thời đại cực tiến của thế hệ, vật chất cực phát thế cuộc cực đại văn minh, mọi quyền lợi con người đều bị gò bó trong cuộc đời sống cạnh tranh, nghiệp duyên càng tạo, sự đòi kéo càng nhặt thúc để chấm dứt, cuộc ác chiến lại gia tăng đến cực độ, từ trạng thái tiêu diệt lại cứ gia tăng, thế diệt thêm áp đảo

liên miên, nếu ở cõi thế gian người không quay về đường đạo pháp, cải tà quy chánh, cải ác tùng thiện, sửa dựng cuộc mục nát thì giai đoạn thứ ba là phải đến cơ HỦY DIỆT, tức đời thượng cổ ngươn kỳ hủy diệt vào cuối ngươn!

(- Kính bạch Phật! Đời thượng cổ vào lúc cuối ngươn tại sao Đấng CHÍ TÔN không mở Đạo cứu đời mà lại để cho đời ấy bị hủy diệt, và hủy diệt như thế nào?)

- Diệu Hoa, Thiện nữ nhân không rõ, hãy nghe đây: từ cuộc sống đức thánh nhân hiền đã được bền lâu như vậy, tuổi thọ người có tới ba, bốn trăm năm ít hay bịnh hoạn.

Cơ tấn hóa lần sang, từ khi biết tốt, biết xấu, biết thương, biết ghét, khôn xảo biết cất giữ, giành giựt sanh tánh tham, bày sát sanh ăn thịt, khi biết ăn thịt lại sanh tánh dữ, sắm dụng cụ sát sanh và xem nghiệp sát sanh dưỡng khẩu làm nghề sanh nhai.

Từ đó bịnh hoạn thường sanh, tuổi thọ sụt giảm, nhân và vật đã phân chia cuộc sống ngăn cách nhau hẳn. Thú vật thì tầm phương trốn tránh, người thì xua đuổi tìm tòi.

VÀO THẾ HỆ ĂN UỐNG: Khi người và vật đã ăn uống lẫn nhau sanh mối hận thù truyền kiếp, gây nợ máu thịt nhân quả trả vay đời đời không thể dứt nghiệp. Từ lúc đã thâm nhiễm huyết nhục, vì hậu thiên nên tánh lành lần mất, tánh dữ ác càng lúc lại tăng thêm, tuổi thọ và tánh lành cứ sụt lần theo cơ tấn hóa không ngừng!

Từ khi bộ lạc đã bắt đầu chiến tranh, cơ tấn hóa tới đâu, cơ diệt hóa theo liền tới đó. Sanh sản càng đông càng dồi dào, thì cuộc sống càng chen lấn giựt giành, sát hại nhau cướp giựt nhau, làm cho nghiệp **Nhân Quả** càng thâm, sự trả vay đòi kéo càng nhặt thúc. Người vay một phải trả mười chưa thể được; người đòi nợ nghiệp khiên lấy đủ chẳng muốn thôi, thừa thế lại vay thêm tới mãn kiếp, bởi thế nên nợ nghiệp phải chịu luân lưu mãi trong cõi chúng sanh, càng nhiều kiếp lại càng cực nặng.

THẾ HỆ ÁC DỮ: Vì thế hệ đại ác dữ, ở trong cõi chúng sanh đã triệt hết đạo pháp, hết đức thánh nhân hiền, phong trào xã hội ác dữ biến sanh nhiều tội trạng, trộm cướp sát nhơn, giết vật giết người, bủa lưới giăng dò, ăn uống hết thú vật rừng thiêng biển cá, say máu ghiền thịt lại lập đảng giết người mà ăn uống, đầu tiên còn tìm giết kẻ thù địch, sau giết hiền nhân mà làm miếng ăn gọi là bổ dưỡng!

Về sau các chúa ác ra đời; các triều đại ác lại cực thịnh. Các vua ác đồng nhứt xuống lịnh triệt đạo pháp, đốt phá chùa miểu, bắt hết thầy tu mổ bụng chặt tay chân đem cúng tế yêu quỷ rồi ăn thịt để sống lâu!

Người lành đã bị chúng dữ uy hiếp sát hại gần hết, đoạn triệt hạ đạo pháp. Khi ấy cửa Đạo bế môn, Phật không ưa gần chúng sanh, Thánh Tiên phải xa lìa kẻ tục. Bát vạn Thiên môn đều bế tắc, khí tiết âm dương bất điều hòa luôn luôn phẫn nộ nóng bức, trời hạn nắng nóng như lửa chan, khí tiết không phân định bốn mùa xuân, hạ, thu, đông nữa. Mùa màng canh phế, đồng áng trống trơn. Hạn hán tới năm thứ ba, sông ngòi sắp cạn. Vua các nước ác dữ hợp sức cùng nhau kéo quân đánh chiếm tràn lan hết số nước khác còn lành hơn, còn có sự sống. Chúng đánh chiếm tới đâu thì tàn sát tới đó. Cướp giựt rồi lại sát hại ăn tươi nuốt sống để di dân dữ tới chiếm cứ mà sống lánh họa trời. Càng cực ác lại cực thịnh, thành công ở thế hệ ác nhưng chẳng bao lâu.

Lúc bấy giờ vào năm hạn hán thứ 5, chúng ác bắt dân xây lâu đài cực cao, lập hội hoa đăng, tự tôn chúa ác lên ngôi Thượng Đế!

Hạ chỉ truyền thông hịch khắp hết nhân dân, mỗi gia dân đều phải hiến nữ trinh 15 tuổi vào công đình ba ngày mới được đưa về gã cưới, đó là nạp mình cho bọn gian ác. Có khi may được thả về, thường là giết để ăn uống, hoặc cho voi chà trước sân để chúng ác xem trong buổi tiệc rượu! Trời hạn tới năm thứ 7, khắp cõi đất đều khô khan, thảo mộc chết tuyệt, nước biển cả cạn xuống rất xa, sông ngòi khô hết, sức nóng mặt trời mỗi lúc lại gia tăng cực cao, bọn vua ác không cách trốn lánh, dân ác chết vì nạn nóng đã nhiều, phần nào chết khát, chết đói!

Vua chúa ác lại truyền lịnh đảo chánh Đức Ngọc Hoàng, lên án xử tử nếu không làm mưa!

Vào ngày mùng 10 tháng 4, hạn hán năm thứ 7, giữa lúc nữa ngày, bừng lên ngọn lửa từ trên đỉnh lâu đài ác chúa phát cháy lớn. Gió nóng thổi mạnh, lửa cháy lan tràn khắp nơi, lửa cháy mỗi lúc càng hơn, gió lại thổi nhanh, tiếng gió lửa hãi hùng, khói đen cao ngất mịt mù tới mấy chục ngàn do tuần. Lửa càng nóng dữ dội, sức nóng mặt trời tăng thêm, làm cho ngọn lửa vẫn duy trì cháy từ đông sang tây, nam chí bắc, thiêu rụi khắp hết các cõi nước trong vòng 7 ngày đêm liên tiếp. Vào hết ngày thứ 7, sấm chớp bủa giăng khắp trời, cuồng phong nổi dậy, gió cuốn mây bay đá lăn sỏi chạy, lại đổ mưa ầm ầm nước tuôn như thác đổ. Những tiếng nổ vang động bầu trời, đất đai sụp đổ, thủy lụt tràn lên cuốn chảy. Gió bão càng thổi mạnh, sóng thần nổi dậy ba đào, đất đai nhiều nơi phải sụp chìm thành biển!

Mực nước lên cao hơn ngọn núi, thủy lụt hết cả 3 ngày đêm khắp cõi nước. Qua ngày thứ tư nước rút cạn liền, bỏ lại mặt đất trống trơn, nhiều nơi cõi đất trở thành biển, cảnh tượng hoang vắng, không có người, vật, không có thảo mộc, không có kiến, muỗi, dế, trùng, y như thuở hỗn độn mới tựu ngưng!

(- Kính bạch Phật! họa hủy diệt như vậy, sau lửa và nước còn có xứ nào sống sót được hay phải bị tiêu hủy hết?)

- Cũng vẫn không hết tuyệt, người và loài vật còn lại 3 chỗ đất sống. Ba cõi đất còn sống lại để sanh sản tái tạo đó tức là 3 cõi đất chưa được tấn hóa, 3 giống dân thiểu số còn sống cuộc dã man ở vùng rừng núi rất hẻo lánh, không gần những nơi đã khai hóa mở mang lâu.

Ba cõi sống cách biệt nhau rất xa không bao giờ được hiểu biết cùng nhau cả. Chúng còn lại sẽ có 3 sắc thái khác nhau, 3 thứ tiếng nói khác nhau:

1) Sắc thái màu vàng.

2) Sắc thái màu trắng.

3) Sắc thái màu đen.

Chúng còn sống với thời đại dã man, vì chúng ấy là những số người lành, từ xưa vì bị chúng dữ uy hiếp sát hại, nên cùng nhau cố sức tìm cách rời khỏi xứ sở, phiêu lưu đi những phương trời xa xăm, ẩn trú miền núi cao rừng rậm, sống riêng với thú vật, cứ hễ đói thì tìm trái rừng làm no, khát thì có suối thiên nhiên làm nước uống.

Đời sống nguyên thủy, chẳng có áo quần, lông tóc tạm che thân, trở lại như hồi mới sanh hóa. Qua mấy trăm năm đã sanh sản rất nhiều, nhưng không được tấn hóa. Sau khi đời văn minh đã bị hủy diệt thì số dân dã man này mới được tái tạo lập đời lại.

Nam Mô Long Hoa Hội Thượng Phật Bồ Tát Ma Ha Tát.

DIỆU MINH BẢO PHÁP DI LẶC CHƠN KINH

ĐỆ THỨ BA: TÁI TẠO và TÁI DIỆT

(- Kính bạch Phật! Đại họa diệt vong từ cuối đời thượng cổ nghe phải kinh hồn và xót thương vô cùng cực! Hữu phước lắm thay buổi đời hạ ngươn này được diễm phúc, cửa Đạo khai minh, may duyên gặp Phật, được nghe qua Đạo tích tiền sử chưa bao giờ được nghe, giờ nay con kính lạy tạ ơn Phật đã nhọc vì con giảng độ rất nhiều. Kính bạch Phật, kể từ khai Thiên dựng Địa khai sanh loài người đến khi bị hủy diệt tất cả là bao nhiêu năm?)

- Tất cả cộng chắc là tám muôn bốn ngàn năm.

(- Kính bạch Phật! Thời gian lập đời hết bao lâu mới thành lại được?)

- Ngươn Trung tái tạo cực kỳ mau chóng, chỉ trong vòng 2000 năm sau thì nhiều nơi đã được lập quốc. Cơ tấn hóa cũng vẫn đi nhanh theo thời gian, sự tái tạo nhanh chóng hơn ngươn đầu vô lượng kiếp.

(- Kính bạch Phật, sang qua thời trung cổ sự tấn hóa mau như vậy, nhưng đến khi sau đời ác có làm cho đạo pháp bị bế tắc hay không mà lại cũng lâm trận hồng thủy hủy diệt vào đời ông Thánh Nô Ê, đạo sử ngày nay vẫn có?)

- Bạch Diệu Hoa! Ta không thể giảng hết những điều tội ác của chúng sanh! Trước Ta giảng cảnh hủy diệt đời thượng cổ cũng chỉ sơ lược đó thôi! Đời trung cổ về sau sự tấn hóa càng văn minh hơn, tội ác lại thậm đa hơn, nhưng hữu phước thay đời trung cổ đạo pháp vẫn được duy trì ở trong đại thế chúng thuộc bán cầu phương Đông và Đông Nam, nhiều cõi nước thủy hồng không hại tới, đạo pháp vẫn được phồn thịnh, dân sanh còn hiền lành, lại số dân thiểu số chưa được mở mang hãy còn tồn tại. Phương Tây vì vật chất mất hẳn tinh thần. Đạo sử tích Thánh Nô Ê đã mấy ngàn năm lưu truyền. Các cõi nước cực tiến, cực ác dữ, cực văn minh không tin có Trời, Phật, chỉ sống với tài sức và vật chất. Đấng Chí Tôn truyền dạy chẳng tin nghe, hủy bỏ đức tin, nhạo chê Trời Phật!

Khi đó Ơn Trên chọn lại một người còn đủ đức tin cho sống để làm thành Đạo sử, hầu tương lai sẽ lấy đó mà dành dụm đức tin cho các thế hệ sau này!

(- Kính bạch Phật, vào thời nhiệm thứ hai, lời Phật giảng rằng ở trên thế gian hãy còn duy trì Đạo pháp dầu ở phương Đông, nhưng sao Đấng Chí Tôn và Chư Phật không rộng ơn bày phương chước cứu độ phương Tây, lại để gây tình trạng

kinh hoàng đến với chúng sanh một lần nữa cũng rất nặng nề tiêu diệt gần hết chúng sanh?)

- Bạch Diệu Hoa! Thiện nữ nhân tâm tánh thiệt lành, hãy nghe Ta giảng tiếp, ngươi và tất đại thế chúng sẽ rõ. TẠO HÓA có thuở nào không đức háo sanh, nỡ lòng háo sát? Tánh Phật có thuở nào không quảng đại từ bi rộng ơn tế độ? Sở vì chúng sanh không mộ đức Phật, ân Trời, nơi tâm tánh chúng chẳng mộ Đạo vô thượng sâu mầu, đức tin chẳng có, nơi tánh không ưa, nơi tâm không niệm tưởng; lời nói năng hủy báng tục tĩu lỗi lầm, ghét chê đạo pháp, tiêu diệt các sở thích cầu mộ; tâm không đạo hằng mê thích vật chất, chủ ý duy vật, tánh quấy chẳng hồi minh; nghiệp quả gieo trồng mười phần ác dữ lại muốn tăng, không muốn giảm; đời cực tiến, người cực ác, đời cực thịnh, vật chất cực phát minh, nhơn loại càng cực mê lầm rời xa đạo pháp, nhiễm tục càng lúc lại đắm nhiễm mê man như giấc ngủ say!

PHẬT đã biết bao nhiêu kiếp chịu sanh tử, vào đời vì xót mê nhân chỉ đường chánh giác, muốn diệt khổ cho chúng sanh, dùng Đạo vô thượng sâu mầu, dùng mọi phương chước hóa độ chúng sanh đưa lên bờ giác. Nhân vì cõi trược trần thường say mê mùi tục lụy, càng thâm nghiệp quả, càng giục tánh mê lầm, sa vào bàng môn, lầm đường sắc tục, nhiễm mê vật chất, chẳng ham mộ việc tu hành, tửu nhục, tà dâm, tham lam, giận dữ, mê muội, bất năng tri, ngạo mạn tự tôn không cầu tìm Phật pháp, chẳng hiểu thuận lòng Trời, bất tùng lời thánh nhân tam giáo, làm cho phước vãng, họa lai, **TRỜI, PHẬT** dầu xót thương không thể ẩm bồng! Vậy Thiện nữ nhân không còn chi thắc mắc?

Nhơn thời mạt hậu tam ngươn chính là thời kỳ đại hạnh đại phước. **THẦY** vì cực xót họa diệt chúng sanh, ban hồng ân đại xá, khai minh **ĐẠI ĐẠO** tận độ. PHẬT vì rộng thương đại thế chúng, xót cảnh mê nhân, hoằng thâm đại thệ nguyện đến trần giác tánh chúng sanh, chẳng những ở hiện tại mà đã từ vô lượng kiếp mấy ngàn năm quá khứ trước, cốt duy trì Đạo pháp trong nhân chủng không để tâm tánh chúng nhạt phai. Đấng **CHÍ TÔN** phải thâu hệ ngươn niên, chiết linh quang xuống cõi hồng trần mở khai Đạo báu.

Đã mấy lần Đạo khai, Đạo bế, bao nhiêu kiếp Phật lộn xuống trần cốt vì buổi hạ ngươn đó. Hiện tại có hai yếu tố quan trọng hơn hết là:

1) Thứ nhứt: Tất cả **LINH CĂN** có nhứt tâm thi hành đúng với đại thệ nguyện hay không?

2) Thứ hai: Đại thế chúng có chấp hành nguyên lý **ĐẠI ĐẠO**, hòa dung Đạo thể, hướng về mục

chánh **TAM GIÁO QUY NGUYÊN**, phục hưng nền Đạo pháp, thể hiện một chữ **HÒA** cốt dựng lại một nền tảng nhân hiền đức thánh, do đó sẽ lần bước đến cuộc thái bình, họa tiêu diệt nhờ nơi đó mới được dung giảm lần hồi tới tan biến hết.

Đó là hai yếu tố mà nay phải đặt vào căn bản chính.

Nếu lý Đạo lớn thứ nhứt, ở thời nhiệm thứ ba, hoằng hóa được thành, lòng người kịp hồi minh giác tánh, ba nền chánh giáo hóa đại phục hưng được thì nơi cõi trung giái khí tiết âm dương sẽ được giao cảm điều hòa, vì đó sẽ sanh trưởng biết bao nhiêu nhân hiền đức thánh, mưa thuận gió hòa, phước đến họa đi, không cầu phước, phước vẫn tìm người mà đến, không cần tránh họa, họa tự xa lánh khỏi người, lời Ta không sai dối đó!

(- Kính bạch Phật! Ơn Phật đại từ bi giảng thông yếu lý Đạo vô thượng sâu mầu, nhưng tánh ngu khờ con nay còn vài thắc mắc chưa được đạt lý. Bạch Phật! Hiện con cảm thấy lý Đạo ngày nay mở mang rất khó biết mấy hơn trước, nhứt là những nước ở phương Tây, màu da tiếng nói khác, người dân Việt Nam tị nạn trôi dạt tới đây, việc sanh sống hằng ngày còn nhiều nỗi khó khăn thay, chính những người cùng chủng tộc với nhau, cùng một Đạo với nhau còn ý chia rẽ, đúng, sai, cao, thấp,

huống chi khác Đạo, khác nòi giống, phương chi hóa độ đại thế chúng đặng thành?

Quan điểm thứ hai là về phần đức tin. Chính trong Đạo Thầy còn phân vân nhiều lý lẽ, huống chi khác Đạo, khác giống nòi!

TRỜI PHẬT thì vô hình vô tướng, Kinh pháp giáo lý mỗi mỗi đều qua cơ bút, hễ cơ bút thì phải trải qua trung gian một phàm nhân, dầu cho lý Đạo sâu mầu thế nào, huyền diệu như thế nào, nhưng đức tin của người mới là chỗ quan trọng.

Thứ ba là sự hòa hiệp. Từ chỗ không có đức tin sẽ đi tới chỗ bất hòa. Theo lời Phật đã giảng từ thuở cuối trung nguơn cũng vì lòng người cực tiến, cực khôn xảo, mất hết đức tin thế nên lại cũng bị hủy diệt, thì nay lại thế nào? Phương chi cho chúng sanh có được tâm tánh tưởng mộ? Phương chi truyền bá Cơ Tận Độ này được thông suốt vào đại thế chúng?)

- Bạch Diệu Hoa! Thiện nữ vừa thốt lời chánh lý! Ta sẽ giảng nói tới chỗ rốt ráo ngươi và tất chúng sẽ rõ.

Sau Phật lịch 500 năm, vì lợi danh, vì cơ tiến hóa, khắp cõi nước thuộc về phương Tây lại hoành hành đại ác dữ, bàng môn lộng khởi, ma đạo thịnh hành. Kẻ ác dữ thì lập đạo ác, bọn tà giáo huyễn lộng, triều đại ác lại cực thịnh, nhân dân khốn khổ lầm than, lạc đường tà phiếm. Đấng **ĐẠI TỪ PHỤ CHÍ TÔN** vì lòng bác ái, nguyện phân thân đến cõi trần dương khai truyền chánh đạo. Ngài chiết điểm linh quang hạ phàm, sanh vào đất ác vùng Thái Tây, quyết giải cứu loài người không để cho tệ trạng xã hội ác dữ muội mê đó lan rộng khắp nơi mà gây thành đại họa cho vạn chủng. Nhưng bọn vua chúa ác dữ vẫn cố tìm Ngài, vì phe triệt gặp thời cơ nhân sinh đa tội, giúp cho cơ diệt hóa càng phồn thịnh, Ngài phải đành ẩn dật.

Lúc Ngài được khai truyền chánh đạo thì bọn ác dữ vẫn cố ý triệt hạ. Tuy nhiên chánh đạo vẫn trường tồn, dẹp tan ma đạo tà phiếm dị đoan, dầu bọn chúng sanh ác dữ xâm phạm đến thánh thể, Ngài xem thường, chịu chết trước mắt chúng sanh để khai minh chánh giáo.

Chờ đến bảy ngày phục sinh trở lại từ giã đồ chúng, để cho người người được rõ biết Ngài thiệt là con Trời, rồi Ngài tự đem linh thể đi khỏi chỗ chết tới một nơi phước địa mà để cẩn thận rồi Ngài trở về cõi trời.

Người phải biết Đạo không phải dễ truyền, đời dễ chi giáo huấn! Ân đức như vậy, khổ kiếp như vậy, Đấng **ĐẠI TỪ** vẫn còn ban cho thế chúng vô lượng tình thương, còn buồn khóc cho đàn con mê muội mà không lòng hờn giận chút chi cả, như vậy mà đã có đức tin toàn thể hết chúng đâu?

Những Đạo sử tiền tích: thuở Phật Thích Ca ra đời mở mang đạo pháp, Phật đã từng chịu hằng sa kiếp tử sanh, khi vào nước Thiên Trúc làm đến bực vương tử sắc tướng đoan nghiêm, trí huệ viên minh, đức hạnh vô lượng như vậy, thần thông quảng đại như vậy còn hóa độ chưa hết chúng mê! Thấu hiểu lý sâu mầu thì không gì chướng ngại cả.

> Chánh tà đều ở tánh thấy đó,
> Kiến tánh minh tâm ấy đạo mầu,
> Không tà không chánh đạo vô thượng,
> Không có lẽ bàn, thiệt rốt ráo,
> Bỉ ngạn là ở chỗ tận không.

Nam Mô Long Hoa Hội Thượng Phật Bồ Tát Ma Ha Tát.

DIỆU MINH BẢO PHÁP DI LẶC CHƠN KINH

ĐỆ THỨ TƯ: NGUYÊN CĂN và MA ĐẠO

Nhắc lại thuở linh căn đại thệ nguyện vào đời, NGỌC ĐẾ hạ lịnh ban hồng ân đại ân xá, mở cửa Thiên môn, khắp nơi Thành Hoàng, Thổ Địa đều thừa hành đón tiếp chơn linh nhập thế. Đồng thời chúa tể ma đạo cũng truyền lịnh thả bọn ma quân nhập thế. Bọn ma quân nhập thế lại được thuận lợi hơn vì ở cõi thế gian vào thời kỳ hậu mạt, hễ đà tiến hóa tới đâu thì tánh người xảo khôn tới đó, nơi tánh khôn gian mưu tà chước quỷ lòng tưởng quấy tham. Vì lẽ ấy là vô ý thức mở cửa ngươn môn rước nghiệp chẳng lành, ma quân do theo cơ hội đó xâm nhập vào thần thức, thai bào là các phương tiện, chúng đang chờ chực mượn đường thế gian hồi dương nhập thế để gây thêm nghiệp chẳng lành trợ lực cho cơ diệt hóa tăng mạnh và rút mau.

Chúng ma đạo nhập đời hằng sa mau như nước cuốn, tuy số ức vạn của linh căn, nhưng số ức tỷ ma đạo khắp ta bà vô kể!

(- Kính bạch Phật! Đấng Chí Tôn đã vì thương nhân loại quyết ra tay mở Đạo cứu đời; tất cả Phật, Thánh, Tiên, Hiền cũng vì chúng sanh, vì Thầy phát nguyện hóa kiếp, Thầy nỡ đâu lại để chúa ma vương thả bọn ma đạo nhập vào thế gian trợ lực cho cơ

diệt hóa? Như vậy tức Thầy không xót thương tất cả linh căn đều vì chúng sanh, đều vì Thầy, vì đại thệ nguyện của Thầy mà ra đi chịu khổ kiếp để giúp Thầy độ chúng cho thoát họa diệt thế?)

- Diệu Hoa! Thiện nữ hãy tịnh mặc nghe lời chơn Ta nay giảng nói:

TẠO HÓA CÔNG BÌNH: Chúng sanh nghiệp quả trong ba đại kiếp xoay vần, hoặc hồn mê còn hận oán, nợ mạng chưa đòi hoặc tiền tài chưa trả!

Nhơn kỳ Đại Ân Xá, Càn Khôn mở cửa, Phật, Thánh ra vào, thì đạo ma vẫn được luật ân xá. Nếu chúng đã van cầu xin được vào nhập thế, hồi dương để sám hối tội dữ, quy chánh cải tà cầu Đạo vô thượng trở về chánh giác, thì luật nào được phạt tội chẳng cho đi? Hoặc chúng hồn còn cần đòi nợ nghiệp.

Ngoài ra, khi chúng đã được hồng ân hồi dương dụng kiếp, nếu vẫn không chừa tánh dữ, chẳng dứt nghiệp mê, không tu tạo phước lành, hằng gây nghiệp dữ, nhớ câu nhân quả, luật Phật, Thiên điều, làm lành lành đáp, ở dữ dữ đeo, duyên nghiệp cứ phải đền bồi; hễ đại ân phóng xả, không làm trọn nguyện, nghiệp chướng hằng gieo thì ngục cấm sẽ muôn ngàn kiếp khổ ắt không lìa đặng!

Chúng ma đạo là ai? Từ đâu có? Tức ở nơi chúng sanh mà thành, ở nơi tánh mê lầm tạo đoan quả nghiệp mà có, ở nơi ba kiếp sanh tử mà hóa ra, nghiệp mê chẳng lìa tánh, đòi nợ nghiệp khiên đã lấy hết, tánh tham còn dựa vào thế thắng vay nợ thêm chồng chất mãi chẳng hề thôi!

Chúng được sung mãn vọng cầu, có được xác thể, nương vào xác thể mượn đà thế lực gây sóng gió nghiệp khiên, không tu tròn nguyện thì tự chịu quả đó, nơi tánh chúng mới rõ **luật Tạo Hóa CÔNG BÌNH** mà không còn ân hận.

(- Kính bạch Phật! Nếu như hiện tại có hằng triệu, hằng ức linh căn đương sanh tại thế, con thấy khi linh căn đã vào cõi ác trược này nếu phải nhiễm mê trần tục, bị ngũ dục che lấp ngươn thần quên căn thì phương chi nhắc tánh để các bực đó nhớ đường tu kỷ mà trở lại ngôi vị?)

- Bạch Diệu Hoa! Thiện nữ vừa thốt lời lành, Ta sẽ giảng nói cho ngươi rõ. Kể từ giai đoạn sau chót, vào khoảng 100 năm đến nay, số linh căn đã tuần tự vào đời hơn mấy mươi ức. Mãi đến bây giờ, **số ra đi thì hằng hà, số đáo hồi thì rải rác thưa thớt như hoa mùa Đông! Chỉ trong vòng ngắn ngủi 100 năm mà biết bao nhiêu vị đã qua gần hai kiếp!** Lại biết bao nhiêu vị còn phải ở nơi cõi vô hình, đã không được hồi vị lại cũng chưa được tái kiếp để tu tiếp, các hồn sa đọa ấy nay phải chịu cảnh khốn đốn bơ vơ! Vì sao? Cũng vì khi sanh tiền, kiếp tu không giữ trọn, lại mê trần nhiễm tục sa đọa làm chúng sanh, lúc đã hoại thể xa lìa xác tục hồn chịu cảnh âm ty, xét xem công quả. Nay phải chờ **ĐẠI HỘI LONG HOA** phán xét, gặp kỳ siêu độ mới mong được đáo hồi.

Nay được lịnh đại ân phóng xả thiệt là một hội Phong Vân, phóng thích tất cả tội hồn đồng nhờ ơn kinh kệ tụng cầu, các linh căn nhờ nơi Kim Cang mà được dọn mình tu luyện giác tánh hết sa đọa.

Vong tội nghiệp nơi chúng sanh nhân quả dập dồn cũng nhờ nơi Kinh Tam Bảo mà giác tánh, biết đường siêu thoát dứt tánh nhiễm mê, chịu phát tâm bồ đề hoan hỷ theo Phật mà cầu Đạo vô thượng.

Nay lời khuyến cáo trai gái trẻ già: đã mang tấm hình hài náo nương nơi cõi tạm, tự nơi tánh mình phải giác, suy nơi căn mình, nơi kiếp mình mà tự tiến, tự giải thoát nghiệp mê lầm, tự hối kiếp sa đọa, cầu Đạo mà thoát xác hầu đáo vị hườn ngôi. Các Bồ Tát hóa kiếp tăng, ni đang tu ở Đạo, thường trì hạnh tinh tấn công đức, tha giác, tha độ, thường trì hạnh Bồ tát, bát chánh, đừng phá giới, tăng tâm lòng hằng nhiễm tục, hết kỳ đại ân thì khó hồi Phật vị!

Kẻ ở thế gian phải cư xử đạo làm người, hồi minh tự tánh, bố đức thi ân, hành thiện ăn chay mà tu cầu thoát họa. Nếu mãi vọng lầm, tự tạo vật chất, tự tạo nghiệp khiên thì họa ách đeo chân đừng than chớ trách.

Nam Mô Long Hoa Hội Thượng Phật Bồ Tát Ma Ha Tát.

DIỆU MINH BẢO PHÁP DI LẶC CHƠN KINH

ĐỆ THỨ NĂM: KHUYẾN TU

Thi bài:

Đường thoát tục lắng yên nghe rõ,
Hỡi căn linh tầm ngõ đáo hồi,
Chuông chiều cảnh tỉnh về ngôi,
Giác mê trống giục liên hồi thức căn.

Cõi dương thế năm hằng vẹn giữ,
Đạo hiếu thân cư xử đặng tròn,
Đạo người rất trọng dường non,
Song tu Thiên đạo điểm son tươi màu.

Tưởng cái Đạo tầm cầu thậm khổ,
Mới hay rằng ở chỗ TÁNH mình,
Giác là khử ám hồi minh,
Tham sân chẳng vướng tâm linh sáng lần.

Cõi trần mê muôn phần tạp nhiễm,
Bả trược đầy phù phiếm xa hoa,
Lời khuyên tất hết trẻ già,
Cái thân giả tướng có là bao lâu.

Thiện với ác bởi đâu mà có,
Dữ với lành tâm nọ giục ra,
Biện minh hai nẻo chánh tà,
Tánh linh làm chủ cho ta chớ gì.

Mê với giác ắt thì khác hẳn,
Chấp ngã sanh dùn thẳng hụt đò,

Chúng sanh luận lý so đo,
Lấy ngao lường biển chẳng lo phận mình.
Đời hậu mạt nhân sinh tấn hóa,
Càng xảo khôn nhân quả càng dày,
Phật Tiên thấy phải châu mày,
Ra đi rồi lại nhiễm say khó về!
Chín mươi ức lập thề thuở trước,
Mấy trăm năm lũ lượt ra đi,
Vào đời quyết giải nạn nguy,
Cõi trần quyến rũ có khi không về!
Biển khổ vốn ê chề nhiều nỗi,
Biết mấy đời vừa khỏi bến mê,
Non Tiên nước Phật dựa kề,
Vì thương chúng khổ quay về độ tha.
Kinh **BẢO PHÁP** tầm ra gốc cội,
Nhớ căn xưa nhập hội Niết Bàn,
Tháng mười, mùng tám đạo tràng,
Chư linh vào hội Niết Bàn nghe kinh.
Biết cõi tạm xác hình mê đắm,
Cảnh trần hồng đã thấm phong sương,
Công phu nhiều kiếp đoạn trường,
Biết nơi trần lụy ma vương dụ mời.
Lúc an tịnh nhớ lời nguyện trước,
Niệm danh THẦY lần bước Đạo chơn,
CAO ĐÀI danh hiệu tôn xưng,
Đó là cái Đạo huân truân hòa đồng.
Cứu cả xác lẫn hồn ba cõi,

Dụng vô vi, mượn lối hữu hình,
Từ bi, bác ái, công bình,
Ấy là tôn chỉ hòa mình khắp nơi.
Đạo là do Phật, Trời làm chủ,
Tâm bồ đề thường trụ hư không,
Giác thời trí huệ viên thông,
Đạo thì học một chữ **KHÔNG** đắc thành.
Quay mắt lại mà nhìn tự tánh,
Ấy gọi là lập hạnh tu tâm,
Đừng tu với cảnh mê lầm,
Này chơn, nọ giả, vọng tâm uổng đời.
Tha độ được thì Trời gia phước,
Nhưng mà người phải trước tự tu,
Hạnh mình ra bực sĩ nhu,
Sau thì độ chúng đường tu dẫn dìu.
Một lẽ độ theo trìu lòng thế,
Một nữa là cứ để mặc nhiên,
Mặc tình thế chúng đảo điên,
Ai người tưởng mộ khai duyên tu trì.
Lẽ khôn dại tu thì bất chấp,
Chữ **MẶC** là chịu thấp ngu hèn,
Trì trai, giới sát cho quen,
Từ bi, hỷ xả tập rèn được thông.
Phật thường dạy chữ "KHÔNG" là Sắc,
Vọng thì lầm, "SẮC" vốn không hình,
Cái gì thấy đó mà tin,
Có rồi thể biến, sau thành không không.

Thế gian khổ vì lòng nhơn dục,
Chác não phiền câu thúc chấp mê,
Giận hờn lửa cháy tràn trề,
Nói năng tổn đức, khen, chê, ghét, thù.
Ghét ắt muốn rủa chù thỏa dạ,
Ưa khen dồi tốt quá lành ngay,
Chuyện đời gốc ở thị phi,
Phật, Tiên thấy phải châu mày thảm thương.
Tích của Phật Quan Âm thuở trước,
Gương tu kia ai được như Ngài,
Mới rằng chứng quả Như lai,
Lòng son dạ sắt thiệt rày kim cang.
Thấy trần khổ lại càng thương xót,
Dạo tuần du khắp các cõi dương,
Tầm thinh cứu khổ bốn phương,
Đời đời kiếp kiếp đức dường trời cao!
Tu biết **TÁNH** trần lao cứ **MẶC**,
Tu kệ kinh thì chắc không lầm,
Tu nhơn giúp khốn trợ lầm,
Trì trai, giới sát tu nhằm chẳng sai.
Muốn tu **Huệ** thì hay định ý,
Ý định thuần thì trí huệ sanh,
Muốn tu cầu đặng **Phước** lành,
In kinh, bố thí, giảng kinh, cúng chùa.
Tu kiều, mải lộ, cho cơm nước,
Kẻ lỡ chân trái bước đặng an,
Thừa năm hạn đói nắng chan,

Giúp người bữa cháo cũng bằng công tu.

Muốn lập đức là tu khẩu, ý,

Miệng chọn lời cho kỹ thốt ra,

Tục ngôn, vọng ngữ, sai ngoa,

Nói điều ác dữ hoặc là bớt thêm.

Cùng móc xỏ gây niềm tổn hại,

Diễu cợt làm bại hoại phẩm người,

Đem mình hiến để trò cười,

Tu không đạt vị là người bại danh.

Ý phải xét cho rành thiện ác,

Chớ nghĩ lòng người khác xấu tham,

Dẫu người ác dữ đã làm,

Đức mình cứ **MẶC** cho kham lòng mình.

Nói chánh trực, làm thinh, nghĩ chánh,

Đạo công bình là thánh tại tâm,

Thanh liêm lòng dạ không tham,

Không thêm không bớt không làm bợn nhơ.

Muốn học Đạo chừa giờ nghiên cứu,

Kinh điển là pháp diệu thậm thâm,

Ngồi không du hý dục tâm,

Sanh điều quấy tưởng, sai lầm hư thân.

Người quí ở tinh thần hoạt bát,

Ở cõi phàm giống tạc siêu nhân,

Phàm dương hạnh đức thánh nhân,

Xứng danh một kiếp ở trần lưu tên.

Kinh luận giảng xem liền nhập ý,

Nghĩa siêu thâm luận lý công minh,

Thừa nhàn vui với sách kinh,
Xa nơi thơ truyện huê tình dâm ngôn.
Ca ngâm quyến rũ hồn giục trí,
Chuyện dâm phong luận lý đảo điên,
Muốn nên học sách thánh hiền,
Muốn siêu tam giới kệ kinh thấm nhuần.
Vô lượng nghĩa kinh luân diệu pháp,
Có duyên tu ý hạp tâm truyền,
Nước nguồn cây cội cơ duyên,
Gặp đò bát nhã là thuyền pháp đưa.
Phật nhựt tăng huy thừa đảnh lễ,
Chấp Kim Cang đâu để tánh lìa,
Lời này xét đặng ý kia,
Phăng tầm nguồn cội cái chìa khóa đây.
Gươm trí huệ hằng ngày lau rửa,
Gương soi mình bữa bữa sáng trong,
Đạo Thiên tu kỹ trong lòng,
Tại gia cứ ẩn đơn phòng cũng hay.
Không đổi dạng bề ngoài cho lắm,
Mà ở trong ngăn cấm cực đa,
Luyện đơn nấu thuốc không già,
Tu nơi đô thị thiệt là khó thay.
Gặp cảnh khó vì ngày thế mạt,
Hỡi các chư bồ tát, tỳ kheo,
Hủy danh trần lụy bọt bèo,
Chí tâm son sắc mà trèo chông gai.
Đường thế cuộc càng ngày thậm khổ,

Danh vọng chi là chỗ ba đào,
Biển trần cuồn cuộn sóng xao,
Vào trần lụy kiếp anh hào dễ chi.
Dụ thần chực sẵn thì liệu lấy,
Lỡ vướng chân đâu thấy nẻo lầm,
Lưới trần là chỗ hiểm thâm,
Sẩy chân một bước sa hầm nghiệp khiên.
Cõi ác trược nhân duyên quả kiếp,
Chỗ đắm mê đền nghiệp kéo đòi,
Có gì hạnh phúc nhìn coi,
Tu tầm cảnh lạc là nơi thanh nhàn.
Trần phức tạp lại càng mau hủy,
Dại đói nghèo, khôn lụy kiếp người,
Tranh giành xâu xé một thời,
Cái thân tứ đại hủy rồi lại không.
Ai sực tỉnh hối lòng biết Đạo,
Không giàu sang là tháo ách trần,
Không phiền kẻ cắp hại thân,
Không vào tranh cạnh tinh thần đặng an.
TRỜI mở Đạo khai đàn cứu thế,
Là phương châm dụng để thoát nàn,
Linh căn xót cảnh rối loàn,
Quyết vào tái kiếp độ an buổi này.
Đạo một gốc mà cây nhiều nhánh,
Biết phăng tầm bổn tánh mới hay,
Trí phàm thành quách ngăn dày,
Chánh tà biện luận dở hay không nhàm.

Học một chữ mà kham cũng tốt,
Văn năm xe chữ "**MỘT**" không thông,
Thương thay cá chậu chim lồng!
Muốn tu đạt vị hiểu thông đất trời.
Đời kia thấy một người **LỤC TỔ**,
Không chữ nào là chỗ đạo chơn,
Đạo không lý luận thua hơn,
Biết đường chánh giác thì thân khỏe nhàn.
Chánh đẳng rồi trụ an khí chất,
Vọng là lầm tu thất chơn truyền,
Niết bàn phục đáo căn nguyên,
Tu không phải khó, bền duyên mới thành.
Cội đặng sung thì nhành lá tốt,
Đạo ấy là ương hột giống lành,
Làm sao cơ Đạo viên thành,
Khai duyên hóa đạo nhọc nhành biết bao!
Vì nòi giống dạt dào lụy đổ,
Vì nhơn sanh sống chỗ lầm than,
Sanh, già, bịnh, tử ngổn ngang,
Cảnh đời mạt hậu lầm than khốn cùng.
Cõi dương thế lạnh lùng ác dữ,
Chẳng kể chi sanh tử kiếp người,
Bụng no thì mỉm miệng cười,
Mặc ai tang tóc, mặc người khổ đau.
Vay nợ máu thì vào quả nghiệp,
Đòi trả nhau vạn kiếp chẳng thôi,
Chúng sanh kiếp sống đâu rồi,

Tử sanh, sanh tử mấy hồi đau thương!

Cảnh thế mạt trăm đường hoạn khổ,

Đạo bửu truyền tận độ khắp cùng,

Hiệp truyền giáo lý trung dung,

Phổ đồng bao quát hòa dung chánh truyền.

Không mắc mỏ tùy duyên đại chúng,

Trình độ dân ứng dụng hòa đồng,

Đạo hoằng tại mục tương thông,

Không phiền có một Nhơn Ông giảng đường.

Một quyển kinh tận tường chơn lý,

Một kiếp tu luyện kỷ đáo hồi,

Người đời có tánh buông trôi,

Bát cơm manh áo lôi thôi mãn ngày.

Vào mượn kiếp nợ vay tràn ngập,

Chữ hiếu thân bồi đắp chưa tròn,

Lại gầy thêm nợ đàn con,

Nợ chồng, nợ vợ đã mòn tấc hơi!

Hữu căn thì nhớ lời thệ ước,

Ngộ Đạo thì dõi bước tầm tu,

Kìa gương thế diệt cổ lưu,

Cuối đời cực tiến, họa sầu tiêu vong.

Biết niệm tâm lòng hằng tưởng nhớ,

Tu là nay cứu trợ cho đời,

QUAN ÂM BỒ TÁT hiện thời,

Tầm thinh cứu khổ khắp nơi khẩn nguyền.

Tánh người dữ não phiền, hơn giận,

Tham, sân, si, quấy tưởng đảo điên,

Trì lòng niệm Phật bền duyên,
Sân, si tan biến, tánh hiền phát sanh.
Ngƣời ngu tối, lƣu manh, tà vạy,
Niệm **QUAN ÂM** tánh lại sáng khôn,
Lâm nàn trì tụng **Phổ Môn**,
QUAN ÂM cứu khổ bảo tồn khỏi nguy.
Miệng tụng kinh, tâm thì tƣởng mộ,
Pháp giới là tận chỗ cao siêu,
Vào tu trƣớc giữ quy điều,
Ở ăn mực thƣớc theo chiều sĩ nhu.
Lần tiết giảm giao du kẻ ác,
Học Đạo thì tự giác nơi tâm,
Lời Tiên, ý Phật sƣu tầm,
Phăng đƣờng chơn lý tu nhằm nẻo chơn.
Đời hậu mạt thua hơn cứ mặc,
Khôn thì gìn giữ chặt cái tâm,
Ma quân bốn phía chớ lầm,
Dụ thần sáu nẻo không làm lay tâm.
Vì bá đạo nên làm đảo lộn,
Căn cứ vào nguyên bổn mà tu,
Bàng môn, vọng ý mông du,
Nguyên căn mau đạt lý mầu chơn tu.
Hội Long Vân tầm cầu muôn một,
Lý chơn truyền dung hợp đại đồng,
Ba nền chánh giáo tƣơng thông,
Dung hòa ĐẠI ĐẠO chánh tông hƣng truyền.
Hỡi tử chúng! máy huyền đạo đạt,

Hỡi các nhà uyên bác học gia,
Đừng chê đừng thị Lão già,
Phật Tiên đâu ở cảnh nhà rẫy dưa!
Lời truyền chẳng đong đưa sai dối,
Cảnh đời nguy tội lỗi tránh lần,
Tiền tài liên lụy xác thân,
Đồ vương mạng bá cõi trần lưu vong.
Ai là kẻ anh hùng nghe kỹ,
Anh hùng là đạo lý uyên thâm,
Anh hùng tránh chỗ lạc lầm,
Anh hùng giác ngộ mà tầm Đạo chơn.
Không trụy lạc giọng đờn tiếng uyển,
Không say vùi vì miếng đỉnh chung,
Tiền tài thảm lụy muôn trùng,
Sắc xinh cám dụ anh hùng đọa sa.
Lời chánh pháp trẻ già đạt ngộ,
Phải hồi tâm hướng mộ đường lành,
Hồi tâm dứt bỏ cạnh tranh,
Biết thương nhân vật sát sanh phải chừa.
Học tu tánh muối dưa lần lượt,
Dầu người sau kẻ trước noi theo,
Cảnh đời mạt hậu cheo leo,
Sanh nhiều bịnh chứng hiểm nghèo mạng vong.
Nhiều độc khí ác phong hay nhiễm,
Ký sanh trùng ẩn tịm hại ngầm,
Nhân duyên quả kiếp cơ thâm,
Hoặc là hiện tại dục tâm khởi lòng.

Họa thế chiến càng mong thúc đẩy,
Nhân loại càng giục quấy lòng tham,
Của trần giục tánh ngu phàm,
Không gìn tội lỗi mà cam đánh liều.
Gẫm thân thế đã nhiều nghiệp trước,
Đến ngày nay biết được Đạo mầu,
Thì tua hoán cải tầm cầu,
Ba đời thành Phật nhiệm mầu không sai!
Hỡi già, trẻ, gái, trai xét kỹ,
Chữ Đạo là nguyên lý tổ tông,
Đời con dầu một mảy lông,
Lưới Trời chẳng lọt, cũng không xóa nhòa.
Trên cõi tạm ấy là trường học,
Là trung gian thanh lọc các căn,
Luân hồi lục đạo lăng xăng,
Nghiệp duyên lẫn lộn khó khăn đời đời.
Vì khổ kiếp Phật Trời mở Đạo,
Từ cổ kim chánh giáo khai truyền,
Giác thì được trở về nguyên,
Mê trần sanh tử nối liền thảm thê.
Cuối hạ ngươn ê chề nạn khổ,
Đại Đạo truyền phát lộ Thiên cơ,
Vô hình vẽ một bàn cờ,
Bên tà, bên chánh xem cơ mà hành.
Hễ căn chánh thi hành Đạo chánh,
Giữ thế cờ vững mạnh tu trì,
Nếu mà Đạo pháp để suy,

Thì cơ thế diệt khốn nguy tới liền!
Ta giảng pháp hỡi miền trung giái,
Nghe lời Ta thì phải hồi minh,
Giảm đường vật chất sắc thinh,
Soi gương đánh sáp, dâm tình trêu ngươi.
Thân vật chất con người đã tốt,
Y phục là cốt để che thân,
Giữ cho kín đáo mắt trần,
Tư phong cốt cách tăng phần tốt tươi.
Phải biết Đạo làm người có lễ,
Bốn đức là dành để nữ hiền,
Công, Dung, Ngôn, Hạnh noi truyền,
Ấy là lý chánh, đảo điên sanh tà.
Lời nói năng thiệt thà chánh trực,
Ý nghĩ thầm giữ mực chánh tâm,
Lòng đừng ganh tỵ ghét thầm,
Xui người làm quấy, giục tham mị tà.
Đời vốn thiệt nhiều ma nhiều quỷ,
Biết tu thì niệm ý giữ gìn,
Khôn thì cứ mực làm thinh,
Trìu lòn nhịn nhục thân mình được yên.
Đời ly loạn Phật Tiên xuống thế,
Mượn xác phàm hầu để cứu trần,
Đạo mầu dụng lý tu thân,
Chở che họa diệt cứu nhân mạt đời.
Mùi tục lụy trần vơi đắm đuối,
Tánh lỗi lầm mê muội nào hay,

Phật Tiên mượn Đạo chỉ bày,
Lời kinh tiếng kệ xưa nay dẫy đầy.
Thấp thỏi phải cầu thầy học đạo,
Tánh xin đừng cao ngạo kiêu căng,
Thân hồn muốn được siêu thăng,
Phật xưa lẽ chánh thường răn dạy người.
Tăng thượng mạn là người ngu xuẩn,
Tu không thành biện chứng nhiều lời,
Vào trường học Đạo Phật Trời,
Bước chân chưa vững học đời chí cao.
Không thấy tánh lẽ nào ngộ giác,
Chẳng hồi quang sống thác mãi còn,
Bổn lai diện mục chớ mòn,
Soi vào tâm nội hết còn cho minh.
Muốn cảnh thế thái bình an lạc,
Trí thông minh đạo đạt lý mầu,
Kiếp trần sống thác bao lâu,
Cơ đời hỗn loạn biết đâu mất còn.
Ngày ở tạm mót bòn công đức,
Phẩm hạnh là trọng nhứt ở đời,
Đồng sanh trong cõi làm người,
Trau tria đạo pháp Phật Trời đồng thương.
Vật chất vốn chủ trường cõi sống,
Biết hữu dùng thiệt giống như tu,
Của trần tuy thấy phù du,
Sẽ nhờ nơi đó lập tu phước lành.
Dụng của để thực hành bố thí,

Bố thí mà vô ngại chủ tâm,
Mong cầu đạo báu thậm thâm,
Nếu sanh ý tưởng sai lầm hại thay.
Nhiều tiền của lại gây tánh ác,
Ấy là chưa ngộ đạt lý mầu,
Hồng trần giả có bao lâu,
Huỳnh lương chợt tỉnh canh thâu đã tàn!
Tâm tánh biết bạc vàng của thế,
Tụ rồi tan ai dễ gìn lâu,
Cao nhân giữ lấy đạo mầu,
Thi ân bố đức mà cầu đạo thâm.
Đạo vô thượng muôn năm vẫn sáng,
Lìa tử sanh bỉ ngạn đáo bờ,
Biển trần lặn hụp ngất ngơ,
Sanh rồi lại tử bao giờ thoát ly?
Đường lục đạo ít gì cay đắng,
Chúng sanh đồng đẳng đẳng tới lui,
Phật Tiên thấy phải ngậm ngùi,
Truyền kinh giảng lý khuyến đời lưu tâm.
Ngươn thánh đức ngàn năm an lạc,
Xót trong vòng hạ mạt cuối đời,
Tu bồi đạo đức kịp thời,
Kìa cơ thế diệt lập đời chỉnh ghê.
Ngươn thánh đức trở về mau được,
Cơ sảy sàng dõi bước tu thân,
Tĩnh tâm phủi sạch mùi trần,
Trau tâm rèn tánh phú bần chớ lo.

Ngũ giới cấm tu cho thuần đạo,
Tập trì trai thông thạo giữ bền,
Tánh lành hằng bữa học nên,
Sát sanh cấm dứt, thù hiềm bỏ qua.
Tu đạo chánh mị tà khử bỏ,
Điều thị phi ngoài ngõ bít tai,
Kệ kinh bậu bạn hằng ngày,
Đèn trăng quạt gió sánh tày thi ông.
Ai tráo chác tự lòng cứ mặc,
Tánh mình tu trơ mắt chẳng nhìn,
Bụi trần không dấy đặng mình,
Ấy là khử ám hồi minh sáng lòng.
Người quân tử dầu trong cảnh khó,
Cứ mặc nhiên để đó không sờn,
Nghĩ gì tiếng thiệt lời hơn,
Phát rồi uyển hóa như cơn gió lùa.
Cõi tạm thế tranh đua bay nhảy,
Ngủ mê mà còn hãy thêm lầm,
Chim bay cá lặn biển thâm,
Tưởng rằng sống được muôn năm bền hoài.
Luật nhân quả nơi đây thấu triệt,
Rõ đạo mầu quả thiệt căn nguyên,
Tránh vòng nhân quả nghiệp khiên,
Đạo Trời báo ứng nhân duyên rõ ràng.
Sự tội lỗi do vàng với bạc,
Lại tình yêu, tánh ác nảy sanh,
Vô tri lại với hữu tình,

Biết thì quay lại thấy mình hết mê.

Chánh đẳng đạt bồ đề cao quý,

Thiện căn dùng hậu bị làm nền,

Đạo mầu cơ sở dựng nên,

Phật Tiên vạn ức do nền thế gian.

Siêu với đọa hai đàng tỏ rõ,

Dữ với lành chẳng có bao xa,

Luận phân lẽ chánh đường tà,

Bàn qua tán lại có là xong chi.

Trong lẽ Đạo cái gì tà chánh?

Rốt ráo là cái tánh mê lầm,

Chánh tà đều tại nhân tâm,

Chỉ cần đạt ngộ tu nhằm hết sai.

Đạo làm người lắng tai nghe rõ,

Tam cương cùng ngũ lý phải thông,

Đó là cái đạo chánh tông,

Đạo người để thất tu không biết đường.

Nam lẫn nữ học trường chung sách,

Đạo làm người nhân cách ra sao?

Nhân trí nhận định thế nào?

Thiệt người nhân trí không vào cõi mê.

Nhân thức hạng tu tề chánh kiến,

Chữ thức là kinh quyện bát thâm,

Chớ nên cảm giác mê lầm,

Vọng ngôn ý ngữ lỗi lầm độc tôn.

Luận tà chánh nhét dồn người tối,

Thượng mạn tăng tánh dối chẳng kềm,

Trên đầu thần thánh không kiêng,
Đạo người không xử, đạo Thiên thế nào?
Giảng rốt tới văn hào tuấn sĩ,
Đạo thánh hiền luận lý uyên thâm,
Dứt đặng cái chốn mê lầm,
Ưu thời mẫn thế sưu tầm đạo cao.
Phải xét xem lẽ nào thiệt đúng,
Giải ngươn kỳ cho trúng chớ lầm,
Ba nền giáo lý siêu thâm,
Đến kỳ hậu mạt giáp vòng quy tam.
Hòa tác dụng đạo làm căn bổn,
Giáo hóa hoằng tiệm đốn lợi sanh,
Đốn thì quả vị lập thành,
Tiệm duy trì dựng cội lành dưỡng chơn.
Thời hạ mạt cuối ngươn hầu chí,
Cả ba nền giáo lý siêu viên,
Buổi đời cang kỷ đảo điên,
Kỳ ba ĐẠI ĐẠO quyết tuyên dựng đời.
NHO, THÍCH, LÃO ba thời lập giáo,
Quy lại thành ĐẠI ĐẠO Ngũ Chi,
Mới nghe trái ngược ly kỳ,
Sưu căn định vị sau thì sẽ thông.
Phổ dương khai đại đồng cứu thế,
Buổi nguy cùng trợ tế chúng sanh,
Căn cơ đắc ngộ duyên lành,
Giục tu chánh đại công thành về nguyên.
Rồi sẽ thấy Phật Tiên cõi thế,

Đại trung dung đạo thể chung nhà,
Nam mô Hội Thượng Long Hoa,
Thuyết minh Đạo lý trẻ già niệm tâm.

* * *

(- Kính bạch Phật! Nay con cúi cầu ơn Phật hoan hỷ sự trễ nải vì con bận việc xây cất và phải lo cử hành cuộc Đại lễ Siêu Độ và Khánh Thành. Nay con đã vào nhập định, xin hầu lịnh Phật gia chỉ giáo.)

- Nam mô A Di Đà Phật! Hoan hỷ tứ phước! Nay ngươi cùng tất cả đại hội Đạo, đại tiểu linh căn đã hoàn thành một công đức vô lượng nơi đạo tràng, cùng đẳng chư thiện tín đồng được gia ân tế phước.

Tam Giáo Thượng Tòa đã phê chuẩn sự biểu tượng dung họp đạo thể, cứu cánh nền đạo giáo phục hưng, thiệt một quả cảm biểu dựng cái bảo pháp vô thượng nơi đạo tràng vậy!

Sắc chỉ Long Hoa đã tứ phước cho toàn tất cõi âm hồn được siêu căn thọ mạng, tắm gội cam lồ tịnh thủy, thoát hôn trầm phục hồi chánh giác, đồng vãng sanh Phật quốc hằng hà sa số ức, chư hồn đồng vạn tạ thâm ân vô lượng như hải.

Hôm nay, trên là **Đấng Chí Tôn, Long Hoa Hội Thượng** cùng phê chuẩn công đức vô lượng nơi kỳ siêu đại hội Đạo đã thành tựu viên mãn.

Nơi **Thiên Lý Bửu Tòa** trung tâm đại hội Đạo đã được **ĐỨC NGỌC ĐẾ** y chuẩn lịnh **CẦU AN** vào trung tuần thập ngoạt hạ hội Giáp Tý niên, quy tề đại hội Đạo, hiệp thế chúng thiết lập **CẦU AN** để hoàn tất sứ mạng kỳ ba, toàn tất hiện diện phải đồng thành tâm niệm cầu để cứu cánh đại thế chúng kỳ mạt hậu này cho đặng chuyển họa vi phước, âm siêu dương thới, phong điều võ thuận, quốc thái dân an. Chớ trễ chầy vì thời cơ cận đại.

Ngọc Sắc phê truyền Đại Ân Xá kỳ chót! Hỡi toàn tất căn linh! Nay đã được Long Hoa chuyển tánh thì chớ cượng sanh nghi, hãy phát nguyện giục tu chánh giác, tha độ và tự độ, vun bồi đạo pháp, đạo quả cấp tiến vượt mạnh được song song với cơ đời, vì đạo pháp vốn lợi sanh chi bổn.

Hễ vật chất phát thì thế chúng lâm nguy, đạo pháp hưng lại duy trì tồn hậu phước. Hãy nghe:

KỆ RẰNG:

Đức trọng ma quỉ lánh,
Hòa ấy bổn lợi sanh,
Kích bác thành diệt hóa,
Hiệp dựng đá nên non,

Chia ắt còn ngã mạn,
Đèn minh tâm đủ sáng,
Đuốc cháy mạnh tàn mau,
Trí giác không tà chánh,
Ba la mật thiệt Đạo.

Nếu một dân tộc được có sứ mạng Đạo tức là cái vô lượng hạnh phúc cho nòi giống của dân tộc đó, ngàn năm, triệu ức năm sử Đạo còn truyền lưu, hạnh phúc lắm thay ơn soi đường dẫn lối! Tuy nay chưa đạt ngộ thấy chuyện như tầm thường, khi vào thế hệ Đạo ở thời vị lai khẩn cầu cái hạnh phúc đó không dễ được.

GIÁC MÊ CA:

Chịu tin nghe mau khử ám hồi minh,
Lợi căn ấy phăng dò đường trực giác,
Từ bi dụng chơn ngôn lời đạo đạt,
Chí hào hùng cải ác trở về chơn,
Bọn ma quân theo khảo chớ giận hờn,
Thọ khổ rồi mới thoát ly khỏi khổ.
Đời phiến loạn Đạo hoằng dương tận độ,
Rao bán Đạo mầu ai tỏ ngộ thì mua,
Kẻ ghét thì nói chác, nói Đạo chua,
Người đạt ngộ đón mua, ôi! quí quá!
Kẻ vô tư tiệc tùng vui nghiêng ngã,
Người âu lo rằng phóng xạ diệt đời,
Bực đại nhân hay ưu thế mẫn thời,

Hàng Tiên Phật thương đời nên tế độ.
Hễ lợi căn, nghe thiệt lời, tâm đạt ngộ,
Nguyện cúng dường và cầu độ khắp chúng sanh,
Đời hạ ngươn kẻ dữ có người lành,
Người chém giết, có kẻ tu hành lẫn lộn.
Người hiền đức, nghĩa nhân cùng khiêm tốn,
Kẻ du đồ tánh hỗn độn dựa thời cơ,
Khắp năm châu cuộc thế ví bàn cờ,
Tới nước chiếu, rõ binh thơ đồ trận.
Đạo là diệu pháp, giải nguy cơ thế tận,
Tin nghe lời, oán hận giải tiêu ma,
Lập chí tu nhẫn nhẫn với hòa hòa,
Tu để tránh gian tà làm thế tận.
Tu trước hết phải lánh vòng sân hận,
Giũ thất tình, không vướng bận lợi danh,
Giới sát thì lòng dạ sạch tinh anh,
Trì trai nguyện chí thành không xiêu ngã.
Niệm Phật chớ cượng lòng nghi chơn giả,
Tinh tấn một niềm thì đạo quả ắt cao,
Ngồi công phu tâm tánh chớ vọng xao,
Định quán chuyển đạo cao bình thảm họa.
Tu thì phải phá mê cùng diệt ngã,
Biết đạo mầu luật nhân quả phải nên kiêng,
Đừng khôn gian lấn lướt kẻ ngu hiền,
Ỷ thế mạnh không kiêng dè thần thánh.
Đời cõi tạm, bến mê cần sớm lánh,
Kiếp con người dường thể cánh phù dung,

Sớm đua chen màu sắc điểm pha hồng,
Chiều ủ dột như cánh đồng u quạnh!
Nhiều lý lẽ không qua gìn tâm hạnh,
Hễ minh tâm thì kiến tánh đắc ngộ truyền,
Cõi dương trần này đạo quả Phật, Thánh, Tiên,
Một chữ **MẶC** cứ vẹn nguyền đừng xao lãng.
Cuộc thế sự ngày sau rồi sẽ hãn,
Cảnh lọc lừa sàng sảy cứ bền tu,
Định tâm thần vững chí luyện công phu,
Ngày bình trị hiền ngu nền thánh đức.
Cơ hỗn loạn trì tu độ đời cầu thoát vực,
Hết hai ngàn còn mất mới rõ thông,
Cõi dương gian hết cá chậu chim lồng,
Đời vui toại tu công bồi quả Phật.
Thế giới rõ thông Đạo mầu là sự thật,
Chịu hòa đồng, quy nhứt mạch hồi chơn.

Nam Mô Long Hoa Hội Thượng Phật Bồ Tát Ma Ha Tát.

DIỆU MINH BẢO PHÁP DI LẶC CHƠN KINH

ĐỆ THỨ SÁU: NGHI LỄ CẦU AN

Nam mô Long Hoa hội thượng Phật Bồ tát ma ha tát.

KINH SÁM HỐI CẦU AN

Đầu cúi lạy **CHA TRỜI** xuống phước,
Nay chúng con chầu trước bệ tiền,
Khẩn cầu thế chúng bình yên,
Trước cơ diệt thế pháp thuyền độ mau.
Đời mạt kiếp hoàn cầu biến động,
Khắp năm châu nhân chủng rối bời,
Tử sanh định kiếp do Trời,
Cứu nguy Bồ tát phát lời nguyện xưa.
Dầu quả kiếp đã thừa số định,
Quyết ăn năn cải chính sai lầm,
Đại bi vô lượng đức thâm,
Pháp thuyền độ vớt khỏi lâm nạn cùng.
Họa thế chiến hãi hùng con biết,
Quả đất tròn nạn diệt tránh đâu,
Vòng quanh nội địa quả cầu,
Tranh hùng thủ bá gieo sầu nạn dân.
Nghiệp chung ở dương trần nặng quả,
Tội loài người chất đã bằng non,
Lòng Trời mấy đoạn thon von,
Khai minh **ĐẠI ĐẠO** cứu con mạt đời.
PHẬT xót thương vào đời hóa kiếp,

Dụng Đạo mầu giải nghiệp mê lầm,
Đạo là một món phương châm,
Chỉ đường chánh đại mà tầm phước lai.
Biết sự thật **CAO ĐÀI** cứu thế,
Nguyện nhứt tâm vào thệ tu cầu,
Hai ngàn tới chẳng bao lâu,
Long Hoa mãn cuộc họa sầu phải lo.
Cuộc phân tranh như lò lửa diệt,
Ngún dần dần chờ tiết gió hè,
Thấy đời mạt hậu chỉn ghê,
Cầu **THẦY** nhỏ phước chở che con hiền.
Con lãnh lịnh bát thuyền[1] độ thế,
Cầu **QUAN ÂM** trợ tế nguy nàn,
Từ bi thả chiếc linh thoàn,
Độ dân vô tội sống an hằng ngày.
Lòng con nguyện thảo ngay gìn dạ,
Tập tánh lành hỷ xả từ bi,
Ăn chay niệm Phật tu trì,
Khẩn cầu bá tánh được y như nguyền.
Đồng hưởng phước ân Thiên an lạc,
Đồng ăn năn cải ác tùng lương,
Mong nhờ giọt nước cành dương,
Rưới thành mưa phép họa ương tiêu trừ.

---

[1] Bát thuyền = Bát nhã thuyền.
Trong câu kinh này *Bát* có nghĩa là *Bát nhã*, xin đừng lầm với *Bát* là *Tám*. Các bản trước đây in sai là "bát truyền".

Cõi hồng trần phước như Đông hải,

Thảy một lòng kỉnh lạy **QUAN ÂM**,

Cam lồ hoán chuyển nhân tâm,

Giải trừ tai họa tối thâm hiểm nghèo.

Phận con trẻ bọt bèo sống gởi,

Kiếp trăm năm còn đợi lập tu,

Kỳ cùng nương bước Đạo mầu,

Mở đường chánh đại vẹt mù phá mê.

Cầu **CHÍ TÔN** trọn thề ân xá,

Thương con lành phóng xả nghiệp khiên,

Chúng con thề giữ trọn nguyền,

Cải tà qui chánh chèo thuyền độ nhân.

Cầu **DI LẶC** xuống trần độ thế,

Chuyển họa di, phước để trường tồn,

Nam mô **DI LẶC** Thiên tôn,

Đương lai hạ thế pháp môn khai truyền.

Cầu đại hạnh **PHỔ HIỀN** Bồ tát,

Độ nhân loài chuyển đạt thần thông,

Độ an thế chúng đại đồng,

Thức căn, thức trí, thức lòng giục tu.

Nam mô tiêu tai diên thọ **DƯỢC SƯ**,

Lưu Ly Quang Vương Phật thiện từ,

Độ tiêu tai ách giải trừ,

Đệ tam thế chiến từ từ giảm tha.

Chữ Đạo gốc chủ hòa cuộc thế,

Lập thái bình nguơn hệ dựng mau,

Khắp miền đạo hạnh giồi trau,
Nhân hiền đức thánh ra vào tự do.
Đầu cúi lạy chung lo cầu đảo,
Đệ khải trình Tam Giáo đặng hòa,
Linh Tiêu Điện có **TRỜI CHA**,
Bình Linh thượng hội Long Hoa chứng cùng.
Cầu chư **PHẬT** rộng lòng hạ thế,
Chư **THÁNH TIÊN** xuống để lập đời,
Linh căn kịp hóa hình người,
Thượng ngươn dựng lại cảnh đời Thuấn Nghiêu.
Cầu **THƯỢNG PHỤ** giáo điều tế độ,
Lập ngươn cùng bảo hộ đàn con,
Đừng cho họa diệt hao mòn,
Chúng con lập nguyện xin tròn tu thân.
Ngày sáu khắc cho thần bảo hộ,
Đêm năm canh họa khổ chớ gần,
Tới lui cuộc sống dương trần,
Họa tai chẳng vướng ngươn thần đặng an.
Cầu sau đặng sinh đàn hậu nối,
Thượng linh căn sớm tối kề gần,
Thấy người đạo đức thiện nhân,
Thai bào tạm mượn cõi trần đến nơi.
Để lập dựng cuộc đời thánh đức,
Nhân trí cùng nhân thức, thánh hiền,
Có người, có phật, có tiên,
Có thần, có thánh, có hiền lập nên.

Con nguyện tu giữ nền hậu đức,
Cầu đương lai các bực linh căn,
Ra đời gương mẫu đạo hằng,
Thông minh huệ giác hóa hoằng khai dương.
Cầu cõi thế noi đường Đạo chánh,
Cầu Trời ban đức thánh, nhân hiền,
Cầu xin quốc thái dân yên,
Mưa hòa gió thuận ân Thiên gội nhuần.
Cầu nước Việt phục hưng đạo quốc,
Ngàn muôn năm không thất chánh truyền,
Minh quân, lương tể toại nguyền,
Dân an, quốc thái bửu truyền đại ân.
Ngàn muôn kiếp phong vân một hội,
Cầu ân ban xá tội dương trần,
Chúng con sám hối ân cần,
Xét mình tội trạng muôn phần thảm thương.
Cầu xá tội quày đường theo Đạo,
Bồi chút công tu tạo phước duyên,
Học noi kinh pháp chánh truyền,
Tâm mê tánh muội bỗng nhiên sáng lần.
Cầu **Bồ tát** oai thần tế độ,
Cầu **QUAN ÂM** cứu khổ tầm thinh,
Mười hai câu nguyện tất tình,
Phò nguy tế khổ, tử sanh phổ đồng.

Dứt bài niệm:

* Nam mô đại từ đại bi linh cảm Quan Thế Âm tầm thinh cứu khổ. (Lạy)

* Nam mô tiêu tai diên thọ Dược Sư Lưu Ly Quang Vương Phật. (Lạy)

* Nam mô đại hạnh Phổ Hiền thiện thệ cầu sám hối Bồ tát ma ha tát. (Lạy)

* Nam mô đương lai hạ sanh Di Lặc Tôn Phật diệu minh bảo pháp dương chi tận độ hội thượng Phật Bồ tát ma ha tát. (Lạy)

* Nam mô Huyền Khung Cao Thượng Đế Ngọc Hoàng Đại thiên tôn tích phước hựu tội. (Lạy)

* Nam mô Diêu Trì Kim Mẫu Vô cực Đại từ tôn khoan dung tận độ. (Lạy)

* * *

(- Kính bạch Phật! Lạy nhờ ơn Phật dạy chúng con được biết rõ việc tụng Kinh Tam Bảo, chúng con dùng kinh thích nôm chữ Việt ngữ tụng có được tốt cho sự cầu nguyện hay không?)

- Bạch Diệu Hoa, hãy nghe thật rõ ràng để khỏi phân vân nhiều lẽ. Mỗi khi có lịnh dạy niệm kinh thì lẽ tất nhiên phải niệm ngay kinh chánh tự, vì lẽ niệm kinh trì chú sẽ có sự linh mầu nơi kinh chú vô lượng, dầu các bậc tụng niệm có thông suốt được chánh nghĩa hay không vẫn không quan trọng vì kinh chú là từ đời vô thỉ do Phật có sức thần thông quảng đại, trí huệ viên minh từ ở trong đại định mà quán chuyển phát minh ra kinh pháp rất thậm thâm vô thượng, huyền diệu linh mầu. Kinh chú có quyền lực chuyển đạt thần thông bao quát, quán triệt các cõi phật, tiên, thánh, thần và nhân vật, chuyển đạt đến cõi U minh. Từ chánh ngôn của Phật trước ở Phạn quốc, sau truyền thông sang Trung Hoa tuy có phần sai lệch vì ngôn ngữ chút ít nhưng không đáng ngại. Nếu khi nôm nghĩa qua ngôn ngữ Việt, văn thơ hòa vận thì chỉ còn có cái lý, tức nôm na giảng lý kinh pháp để cho giới bình học Việt ngữ thông suốt được cái lý kinh hầu tu học mà thôi.

Ngoài ra khi cầu tụng phải dùng kinh Hán tự, nho tông phật học mà trì tụng thì mới đạt đặng quyền lực linh mầu của kinh pháp vậy.

Thứ hai, muốn niệm kinh phải trì chú, tụng niệm phải đủ nghi thức kinh chú thì mới đặng hưởng phước nơi kinh chú. Vậy Hiền nữ đã thông?

(- Kính bạch Phật, vậy Kinh Phổ Môn kỳ Cầu An nay chúng con tụng nghi thức như thế nào? Xin ơn Phật chỉ giáo.)

- Nầy nghi thức Lễ Cầu An:

1) Bài Kinh Niệm Hương (Hoàng Thiên...)
2) Bài Kinh Sám Hối Cầu An

3) Kinh Phổ Môn Phẩm:

Nghi thức Phổ Môn Cầu An:

a) Bài Niệm Hương (Lư hương xạ nhiệt, pháp giới...)

b) Bài Nguyện Chuông (không phải bài cúng hương)

c) Chú Tịnh Khẩu Nghiệp

d) Tịnh Thân Nghiệp

e) Tịnh Tam Nghiệp

f) Án Thổ Địa Chơn Ngôn (mỗi bài một bận, một lạy)

g) Hộ Pháp Chú

h) Khai Kinh (Chánh văn, Hán văn) (Vô thượng thậm thâm...)

i) Diệu Pháp Liên Hoa, Phổ Môn Phẩm (phải tụng cho đủ tới hết bài Cử Tán, tụng tiếp qua Cứu Khổ Chơn Kinh 3 bận)

4) Cứu Khổ Chơn Kinh 3 bận (Lạy)

(Xong lễ)

(- Kính bạch Phật! Như lễ Cầu An sắp tới dùng kinh chánh văn và tất cả từ nay sắp tới nếu toàn tất Kinh Tam Bảo tụng cầu siêu độ cũng không nên tụng kinh thích nôm?)

- Phải đó.

(- Kính bạch Phật! Như thuở nay vì chúng con tỵ nạn đi tới hải ngoại Hoa Kỳ đây vì thiếu kinh sách, phải tạm dùng kinh thích nôm, như vậy khi tụng cầu siêu độ có được phước cho chư vong linh siêu thoát hay không?)

- Bạch Diệu Hoa! Lời ngươi bạch hỏi lòng Thiện nữ lành thay! Ta rất khen ngợi, Ta vừa sắp nói đó. Sự cầu độ chư chúng có được phước đức vãng sanh Tịnh Độ hay không thiệt là do nơi lòng thành tín của chủ tâm và lòng cầu độ tinh tấn của sư và tăng đồ cả thảy. Đúng theo nguyên luật Phật đạo, dầu niệm trại một tiếng kinh còn phải bổ khuyết, huống chi thiếu sót sai lỗi vì dịch giải. Nguyên vì đạo luật ân xá, sở vô phương tiện, dùng luật hoan hỷ chỉ thời gian đó. Nay đã chuyển đạt nghi thức đầy đủ, nếu còn cượng lẽ trì tụng sai thiếu thì lỗi ấy khó chế giảm. Thiện nữ đã hiểu thông?

(- Kính bạch Phật, con đã rõ, kính lạy cảm ơn Phật! Sau con xin bạch Phật, ý con muốn cầu bạch Phật việc kinh tụng cần tụng kinh chánh văn đó là chỉ cho Thiên Lý Bửu Tòa thôi hoặc cho Cao Đài Đại Đạo thôi hay là toàn tất ở cả Phật giáo cũng cần phải tụng như vậy hết?)

- Lành thay! Lành thay! Tất cả đồng phải tụng niệm như vậy hết mới phải. Nhưng tất cả phần kinh

kệ cũng rất cần dịch Nôm, đó là độ cho toàn tất
giới bình dân xem mà đạt ngộ, đạt lý được thì tâm
mới tỏ ngộ Đạo vô thượng. Nhưng tụng niệm thì
phải cầu nơi diệu pháp là phải dùng chánh văn cho
khỏi sai nghĩa.

*(- Kính bạch Phật! Thoảng như tất cả kinh pháp
hiện tại nơi Cao Đài Đại Đạo từ 60 niên vừa qua
đến nay toàn tất là kinh tiếng Việt ngữ, ngay tới
quyển ĐẠI GIÁC và quyển DIỆU MINH BẢO
PHÁP này cũng vậy thì việc niệm cầu thế nào? Có
linh mầu hay cũng không tốt?)*

- Này Bạch Diệu Hoa! Hãy nghe rõ mà chép
ghi lời Ta giảng giáo nghiêm huấn nơi liên đài:

1) Từ thuở Phật Thế Tôn thuyết pháp giảng
kinh nhằm ở thế hệ vương tôn, giới triết học, sau
truyền giáo sang Trung Hoa nhằm thế hệ tể tướng,
bực học giả. Đến ngày nay thế hệ nhằm bình dân,
mà Quốc Đạo nhằm ở Việt Nam thì tất cả kinh
điển đồng nhứt phải thông dùng bằng Việt ngữ tức
chánh tự của ngôn ngữ đó, sự linh mầu nào kém
chi kinh điển ở Thiên Trúc thuở Phật ra đời, chỉ
khác hơn là khác thời nhiệm, thể thức khai giáo và
truyền giáo, sở dĩ tại thời gian, sở dĩ tâm mộ, trình
độ đều khác biệt, cơ Đạo thường chuyển hóa song
song với cơ thể.

2) **ĐẠI GIÁC THÁNH KINH** là một quyển kinh đã tập trung hết thảy Tam Giáo và thuyết giảng rất bình đẳng, ấy là chủ thuyết cho thời khóa tận độ hiện tại rất phù hợp vô cùng. Nếu giữa thời nhiệm Đạo hóa tận độ này mà kinh điển còn sâu xa nghĩa lý thì không phải tận độ. Hoặc có những bực học thức, bực đạo sư, bực nho học xem mà khinh chê ấy là tùy hỷ nơi tánh đó chấp, vì các bực nói trên phải xét thấy các hạng hữu học ở giới bình dân rất cần những kinh điển được phù hợp với trình độ để tu học của cả thảy.

3) **Qua đời vị lai càng thấy kinh điển ngày nay sẽ cao quý vô tận**. Kể từ hiện tại, tương lai, nếu có những bực lợi căn tu học thì sẵn phương tiện đầy đủ, do từ bực thang mà lần lên, rừng kinh, biển pháp, căn trí nào có kinh điển đó, giúp đường tu tiến không có chỗ cùng tột. Nếu được tiến học càng cao, ví như người đang đứng trên lâu đài đỉnh cao, **không nên vì trên đỉnh cao mà khinh chê người còn đang trèo ở bực thang dưới thấp.** Không trèo thấp lấy gì lên tới chỗ cao, hễ không thấp, tức không có cao vậy. Thì từ chỗ thấp mới sanh cao, từ chỗ cao kiến mới dìu dẫn đỡ nâng, **"Ngã đẳng dữ chúng sanh, giai cộng thành Phật đạo".**

Ta đặng ở trên đỉnh lâu đài cao đẹp sung sướng, ta phải kêu gọi dìu đỡ cho kẻ còn ở nơi bùn lầy. Ta phải bước tận xuống chỗ ẩm thấp bùn lầy để đỡ nâng cho người cùng trèo lên mà hưởng chỗ thanh nhàn mới gọi là độ.

Ta thuyết giảng đạo lý văn từ không mắc nghĩa, dùng ngôn ngữ thông thường, kinh điển chuyển hóa theo thời đại. Đấng **CHÍ TÔN** không phải kém quyền năng; chư Phật Thánh Tiên thần thông có đủ nhưng phải hạ xuống cấp thang hầu dìu độ. Các bực căn trí cứ thoảng nhiên tu học theo trình độ và nên khuyến học cho giới đồ chúng bình dân được tu tiến mới là đúng bực hoan hỷ tha độ.

(- Kính bạch Phật! Nay còn một việc rất trọng đại mà con chưa được thông đạt, nay con xin cầu ơn Phật vì con và tất cả mà thuyết minh lẽ này để con cùng tất cả được hiểu biết. Kính bạch Phật! Trước Phật có giảng độ cho biết rằng mãn Hội LONG HOA thì lịnh đại ân xá cùng bế hẳn. Nếu lịnh đại ân xá đã bế, mãn hạn kỳ thì bát vạn thiên môn đều bế tắc, các bực linh căn không vào nhập thế nữa thì ma quân mới hết hạn hồi dương vào mượn thai bào lẫn lộn với người mà bày cơ diệt thế. Vậy trong bài "Sám Hối Cầu An" Phật đã chỉ giáo cho toàn tất chúng sanh đọc niệm lại có các khoản cầu xin cho các bực linh căn nhập thế trong tương lai từ nay về

sau để trở nên nhân hiền đức thánh ở ngày tương lai mới dựng lập đặng thái bình cho ngươn hệ thánh đức sau này là thế nào?)

- Bạch Diệu Hoa! Lành thay! Thiện nữ nhân thiệt đại lành đó! Ta sẽ thuyết minh tới chỗ rốt ráo mà độ cho toàn tất đại thế chúng từ hiện tại, tương lai, đến các thế kiếp qua đời vị lai đều rõ biết. Đây hãy chép ghi tỏ rõ:

Hễ sắc chỉ **NGỌC HOÀNG** ấn phê lịnh đại ân xá thì toàn tất vạn linh đồng đẳng được thi hành luật đại ân xá đó, bất cứ phật, tiên, thánh, thần, người, quỷ, ma, vật, cầm thú đồng có luật tất hết. **Khi lịnh bế, chỉ còn luật khẩn cầu với sự thành tâm nhất mộ thì mới được ân ban cho mà thôi, thì nơi lòng kẻ thiện nhân chỉ cầu khẩn xin linh căn quý tử vào nối nghiệp tông môn, chớ có ai dám nguyện cầu cho loài quỷ yêu nhập vào gia tộc?** Vì lẽ ấy mới lần lượt chấm dứt bọn ma đạo không được nhập thế khuấy nhiễu chúng sanh.

(- Nam mô A Di Đà Phật, con xin lạy Phật tạ ơn! Kính bạch Phật! Vậy từ nay về sau bài "Sám Hối Cầu An" này sẽ được trì tụng luôn luôn phải không?)

- Phải đó! Phải đó! **ĐẠI GIÁC THÁNH KINH** dùng để tu học sánh như cơm ăn thường bữa; **DIỆU MINH BẢO PHÁP CHƠN KINH** là liều thuốc hồi sinh, cứu chữa bịnh ngặt nghèo đang cơn hấp hối được phục bình lành mạnh đó.

Đại lễ khởi hành Cầu An tức là một mẫu mực cho đại thế chúng về sau cứ **hằng năm vào Rằm tháng 10 là phải tổ chức Lễ Cầu An** chung đều chi hết thảy, và hằng ngày, hằng tháng kể từ sau ngày Đại lễ sắp tới, nơi chùa thất am tự mỗi ngày được thọ trì một bận thì phước đáo chẳng sai.

(- Kính bạch Phật! Lời Phật giảng giáo rất rõ ràng, nhưng con vì trí hẹp xin ơn Phật giảng độ để con và tất cả được hiểu tường tận hơn rằng: chỉ trong các chùa thất về nội phần tôn giáo Cao Đài thôi hay tất cả các tôn giáo cùng thọ trì hết?)

- Bạch Diệu Hoa! Nghe Ta này: Ta muốn hỏi Thiện nữ nhân, kinh điển của Ta giảng độ có tánh cách riêng hay tánh cách chung?

(- Kính bạch Phật! Kinh điển của Phật giảng độ là tánh cách chung, nhưng con chỉ e các tổ chức tôn giáo nếu người ta nghĩ có riêng nên con đã phát xuất câu hỏi rất hạn hẹp, rất có lỗi lầm, cầu lạy ơn Phật xin hoan hỷ!)

- Mô Phật! Ta rất hoan hỷ, nhưng phải biết nếu các tổ chức phật sự, hành thiện vẫn còn chấp không thi hành, **chỗ nơi nào thi hành thì chỗ đó**

được ân phúc, chỗ nào không chấp nhận, cứ tùy hỷ nơi dung tâm, Ta chỉ giảng kinh mà Ta không buộc luật.

Ngay đến tha tâm của đại thế chúng cũng thế, kinh điển là cái phương tiện, nếu biết dùng cái phương tiện hữu ích để tu học tiến đến quả vị, hoặc cầu phước, mà chúng sanh thì vô số căn, vô số nghiệp, tuy sắc tướng có đồng, nhưng căn trí chẳng đồng, nghiệp duyên đều khác, lợi độn khác hẳn, thiện ác khác biệt. Dầu nay Ta không nài nhọc nhằn đến giảng kinh thuyết pháp nơi đây, Ta vẫn thừa biết cũng chỉ độ được kẻ có căn duyên thôi, ngoài ra, người còn thiếu duyên không thể độ được. Như vậy tức là giải cứu chỉ được cái họa chung tức là cái quả nghiệp chung của chúng sanh thôi, ngoại trừ nghiệp riêng của cá chúng thế nào giải cứu được!

(- Kính bạch Phật! Thế nào mới được gọi là nghiệp chung? Thế nào mới gọi là nghiệp riêng?)

- Mô Phật hoan hỷ! **NGHIỆP CHUNG** tức là: nếu đa số người thiện đức nghe thấy kinh điển của Ta thuyết minh đạo lý, chỉ phương pháp tu cầu, đồng phát tâm tỏ ngộ chánh kiến, chánh tín trực giác hồi minh, chịu tin nghe mà lập tâm hạnh tinh tiến sám hối ăn năn cầu độ, luyện tu tâm tánh, tức thì sẽ có quyền lực của Bề Trên che chở cứu vớt hiểm họa cho xứ sở làng nước ở chốn đó, bất phân kẻ thiện ác đồng được sự ân phước chung mà thoát khỏi cái họa chung phần đó. Ngoài ra, nếu riêng phần cá chúng không lòng thiện đức, hằng chất chứa nghiệp nhân quả, tham, sân, si, sở sanh nhiều thất đức thì quả ấy phải riêng chịu, tức **NGHIỆP RIÊNG** vậy.

Kể từ kinh điển được khai xuất thì hậu phước đáo sanh vào cõi Ta Bà như trời mưa rưới nước cam lồ tịnh thủy, cứu cánh họa diệt cho đại thế chúng, được dùng kinh điển này làm phương châm mà tu cầu thoát khỏi đại họa.

Trong ngày Đại lễ, vì cuộc Đại lễ Cầu An cho toàn cõi thế giới, tức khai dương Đạo pháp hoằng hóa Cơ Tận Độ Ngũ Châu, phát hành **Kinh DIỆU MINH BẢO PHÁP**, tức bố thí cái pháp môn vô lượng vào đại thế chúng, mở mang Cơ Tận Độ để cho toàn tất chư thiện nam tín nữ đọc xem tự giác, tự ngộ và tự độ lấy hồn xác chính mình thì mới mong cứu cánh kịp với thời kỳ tận diệt mạt hậu phân tranh hầu rấp nhập.

Ngày Đại lễ có tánh cách nêu gương, trực tiếp nhắc nhở cho toàn tất các tổ chức tôn giáo do người Việt Nam Quốc Đạo thức tâm, thức trí cứ do vấn lẻ đó mà truyền bá lẫn nhau tu cầu lập nguyện sám hối ăn năn, chí tâm quy mạng đảo cầu tinh tấn giải họa chung cho thế giới trong tương lai đã kề gần vậy.

(- Kính bạch Phật! Kể từ sau ngày thiết lập Đại lễ Cầu An thì tất cả các chùa am, thánh thất mỗi ngày cần thọ trì Sám Hối Cầu An và Cứu Khổ Chơn Kinh đồng đều được một bận thì nhờ phước chung mà khỏi họa lớn?)

- Phải đó, phải đó, không những chùa am, mà tại tư gia của thiện nam tín nữ đã có tâm mộ thì vọng hương án mà thọ trì càng tốt, được vậy mới gọi là tu cầu thành tâm, phước lai, họa viễn. **Các thiện nam tử, thiện nữ nhân có tâm thành cầu mộ trì tụng thường hoài thì được hạ sanh quý tử. Tụng niệm phải thành tâm, lòng tưởng việc lành, ăn chay bố thí, in kinh tha độ thì hậu phước vững bền không sai.**

Vậy nay Chơn Kinh sắp hoàn thiện, Hiền nữ cần bạch điều chi chăng? Ta sẽ hoan hỷ giảng độ vì sắp tới giờ hoàn bế.

(- Kính bạch Phật! Con không biết bảo tựa Kinh phải thành lập trình bày như thế nào, mười hai chữ đề ngay một hàng hay phân chia thành ba hàng?)

- Bảo tựa không phải mười hai chữ ngay một hàng, bốn chữ "**THƯỢNG NGƯƠN THÁNH ĐỨC**" phải để ở trên đầu trang bằng chữ in hoa nhỏ riêng ở mỗi trang kinh đều chi hết thảy. Hiền Nữ đã hiểu?

(- Bạch hiểu.)

- Bìa Kinh chỉ để tựa có bốn chữ lớn tức "**BẢO PHÁP CHƠN KINH**" đó là tựa chánh phải để tắt.

Vào tới bài Khai Kinh mới nêu ở trên đủ tám chữ là:

"**DIỆU MINH BẢO PHÁP DI LẶC CHƠN KINH**"

và khi khởi đầu các đệ thì đều phải nêu như vậy cả, và khi dứt các đệ thì câu niệm: **Nam Mô Long Hoa Hội Thượng Phật Bồ Tát Ma Ha Tát.**

Vì thời gian quá hạn hẹp, Thiện nữ phải cần nghỉ ngơi dưỡng thần để có phận hành vào ngày lễ tới. Thuyết giáo tới đây cũng đã được viên mãn bộ kinh, dầu không được phong túc vì sự khó khăn thiếu chỗ thanh tịnh, nhưng Ta cũng niệm niệm khi kinh pháp chào đời được hòa dung chí thiện.

Kẻ linh căn ưa cầu mộ,

Người thiện đức gắng học noi,

Hữu duyên khả truy tầm vào chánh pháp,

Hiền đức mau tha độ chúng nơi biển khổ trần,

Căn trí giác cứ lần lần tu tiến bước,
Người mộ Đạo hãy trì trai gìn hậu phước,
Diệt tham sân là trước hết hỡi tăng đồ,
Cõi thế trần muốn sạch bợn giảm mưu mô,
Giới sát cùng trì trai đặng ắt là thong thả,
Kẻ hiếu đạo thì cầu mong chứng quả,
Niệm niệm cầu tứ chúng sớm tỉnh mê,
Tu sao cho đạo quả chứng Bồ đề,
Lìa lìa dứt cái tâm chung bản ngã,
Dứt mê đồ thì đạo quả tự phát sanh,
Bỏ dữ rồi tự thấy có tánh lành,
Lọc trược bẩn thì cao thanh liền ở đó.
Muốn học đạo ngàn muôn kinh đều sẵn có,
Niệm Phật cầu thì tâm nọ phải ngay lành,
Chớ cượng lòng nghi ngại ý chẳng thành,
Tâm trung chẳng biến sanh,
Thì tánh Phật đại lành sẽ độ tiêu nghiệp chướng.
Thường niệm Phật lòng năng mộ tưởng,
Phật nguyện rằng sẽ tận độ cõi chúng sanh,
Nghe kinh mau cải dữ hối về lành,
Phát đại nguyện sẽ tu hành tròn đắc đạo.

- Nam mô A Di Đà Phật.
- Nam mô Long Hoa Hội Thượng Phật Bồ Tát ma ha tát.

- Nam mô Huyền Khung Cao Thượng Đế Ngọc Hoàng Đại Thiên Tôn.

Thăng.

HẾT

Nam mô Long Hoa Hội Thượng Phật Bồ Tát Ma Ha Tát.

PHỤ LỤC
NGHI THỨC KINH PHỔ MÔN

LƯ HƯƠNG TÁN

Lư hương sạ nhiệt
Pháp giới mông huân
Chư Phật hải hội tất diêu văn
Tùy xứ kiết tường vân
Thành ý phương ân
Chư Phật hiện toàn thân.
Nam mô Hương Vân Cái Bồ tát ma ha tát (3 lần)

BÀI NGUYỆN CHUÔNG

Nguyện thử chung thinh siêu pháp giới
Thiết vi u ám tất giai văn
Văn trần thanh tịnh chứng viên thông
Nhứt thiết chúng sanh thành chánh giác.
Văn chung thinh, phiền não khinh
Trí huệ chưởng, bồ đề sanh
Ly địa ngục, xuất hỏa khanh
Nguyện thành Phật độ chúng sanh.
(Nhịp 3 tiếng chuông)

TỊNH KHẨU NGHIỆP CHƠN NGÔN

Tu rị, tu rị, ma ha tu rị, tu tu rị, ta bà hà.

TỊNH THÂN NGHIỆP CHƠN NGÔN

Tu đa rị, tu đa rị, tu ma rị, ta bà ha.

TỊNH TAM NGHIỆP CHƠN NGÔN

Án, ta phạ, bà phạ, thuật đà, ta phạ, đạt mạ, ta phạ, bà phạ, thuật độ hám.

ÁN THỔ ĐỊA CHƠN NGÔN

Nam mô tam mãn đa, một đà nẩm, án, độ rô, độ rô, địa vĩ, ta bà ha.

HỘ PHÁP CHÚ

Hộ pháp Vi Đà thị chứng minh
Thân tựu Phật tiền tâm như nguyện
Tưởng bằng bí chú đắc oai linh
Hà nhơn bất thức trì niệm luật
Thiên kinh vạn quyển vô nhứt tự
Nẳng mồ tô tất đế, đa rị đa rị, mạn đa mạn đa, ta bà ha. (Câu chót tụng 3 lần)

KHAI KINH KỆ

Vô thượng thậm thâm vi diệu pháp
Bá thiên vạn kiếp nan tao ngộ
Ngã kim kiến văn đắc thọ trì
Nguyện giải Như lai chơn thiệt nghĩa.

DIỆU PHÁP LIÊN HOA KINH
QUAN THẾ ÂM BỒ TÁT PHỔ MÔN PHẨM

Nhĩ thời, Vô Tận Ý Bồ Tát tức tùng tọa khởi, thiên đản hữu kiên, hiệp chưởng hướng Phật, nhi tác thị ngôn: "Thế Tôn, Quán Thế Âm Bồ Tát, dĩ hà nhơn duyên danh Quán Thế Âm?"

Phật cáo Vô Tận Ý Bồ Tát: "Thiện nam tử, nhược hữu vô lượng bá thiên vạn ức chúng sanh thọ chư khổ não, văn thị Quán Thế Âm Bồ Tát, nhứt tâm xưng danh, Quán Thế Âm Bồ Tát tức thời quán kỳ âm thinh, giai đắc giải thoát. Nhược hữu trì thị Quán Thế Âm Bồ Tát danh giả, thiết nhập đại hỏa, hỏa bất năng thiêu, do thị Bồ Tát oai thần lực cố. Nhược vị đại thủy sở phiêu, xưng kỳ danh hiệu tức đắc thiển xứ. Nhược hữu bá thiên vạn ức chúng sanh, vị cầu: kim ngân, lưu ly, xa cừ, mã não, san hô, hổ phách, trân châu đẳng bảo, nhập ư đại hải, giả sử hắc phong xuy kỳ thuyền phưởng, phiêu đọa la sát quỷ quốc, kỳ trung nhược hữu nãi chí nhứt nhơn, xưng Quán Thế Âm Bồ Tát danh giả, thị chư nhơn đẳng giai đắc giải thoát la sát chi nạn. Dĩ thị

nhơn duyên, danh Quán Thế Âm. Nhược phục hữu
nhơn lâm đương bị hại, xưng Quán Thế Âm Bồ Tát
danh giả, bỉ sở chấp đao trượng tầm đoạn đoạn hoại,
nhi đắc giải thoát. Nhược tam thiên đại thiên quốc
độ, mãn trung dạ xoa, la sát, dục lai não nhơn, văn
kỳ xưng Quán Thế Âm Bồ Tát danh giả, thị chư ác
quỷ, thượng bất năng dĩ ác nhãn thị chi, huống phục
gia hại. Thiết phục hữu nhơn, nhược hữu tội, nhược
vô tội, nữu giới già tỏa, kiểm hệ kỳ thân, xưng Quán
Thế Âm Bồ Tát danh giả, giai tất đoạn hoại, tức đắc
giải thoát. Nhược tam thiên đại thiên quốc độ, mãn
trung oán tặc, hữu nhứt thương chủ, tương chư
thương nhơn, tê trì trọng bảo, kinh quá hiểm lộ, kỳ
trung nhứt nhơn tác thị xướng ngôn: 'Chư thiện nam
tử, vật đắc khủng bố, nhữ đẳng ưng đương nhứt tâm
xưng Quán Thế Âm Bồ Tát danh hiệu. Thị Bồ Tát
năng dĩ vô úy thí ư chúng sanh, nhữ đẳng nhược
xưng danh giả, ư thử oán tặc đương đắc giải thoát.'
Chúng thương nhơn văn, câu phát thinh ngôn: 'Nam
mô Quán Thế Âm Bồ Tát.' Xưng kỳ danh cố, tức
đắc giải thoát."

"Vô Tận Ý, Quán Thế Âm Bồ Tát Ma Ha Tát,
oai thần chi lực nguy nguy như thị. Nhược hữu
chúng sanh đa ư dâm dục, thường niệm cung kính
Quán Thế Âm Bồ Tát, tiện đắc ly dục. Nhược đa
sân nhuế, thường niệm cung kính Quán Thế Âm Bồ
Tát, tiện đắc ly sân. Nhược đa ngu si, thường niệm
cung kính Quán Thế Âm Bồ Tát tiện đắc ly si."

"Vô Tận Ý, Quán Thế Âm Bồ Tát, hữu như thị đẳng đại oai thần lực, đa sở nhiêu ích, thị cố chúng sanh thường ưng tâm niệm. Nhược hữu nữ nhơn, thiết dục cầu nam, lễ bái cúng dường Quán Thế Âm Bồ Tát, tiện sanh phước đức trí huệ chi nam, thiết dục cầu nữ, tiện sanh đoan chánh hữu tướng chi nữ, túc thực đức bổn, chúng nhơn ái kính."

"Vô Tận Ý! Quán Thế Âm Bồ Tát hữu như thị lực, nhược hữu chúng sanh cung kính lễ bái Quán Thế Âm Bồ Tát, phước bất đường quyên, thị cố chúng sanh giai ưng thọ trì Quán Thế Âm Bồ Tát danh hiệu."

"Vô Tận Ý, nhược hữu nhơn thọ trì lục thập nhị ức hằng hà sa Bồ Tát danh tự, phục tận hình cúng dường ẩm thực, y phục, ngọa cụ, y dược. Ư nhữ ý vân hà? Thị thiện nam tử, thiện nữ nhơn công đức đa phủ?"

Vô Tận Ý ngôn: "Thậm đa, Thế Tôn."

Phật ngôn: "Nhược phục hữu nhơn thọ trì Quán Thế Âm Bồ Tát danh hiệu, nãi chí nhứt thời lễ bái, cúng dường, thị nhị nhơn phước, chánh đẳng vô dị, ư bá thiên vạn ức kiếp bất khả cùng tận. Vô Tận Ý, thọ trì Quán Thế Âm Bồ Tát danh hiệu, đắc như thị vô lượng vô biên phước đức chi lợi."

Vô Tận Ý Bồ Tát bạch Phật ngôn: "Thế Tôn, Quán Thế Âm Bồ Tát vân hà du thử ta bà thế giới? Vân hà nhi vị chúng sanh thuyết pháp? Phương tiện chi lực, kỳ sự vân hà?"

Phật cáo Vô Tận Ý Bồ Tát: "Thiện nam tử, nhược hữu quốc độ chúng sanh ưng dĩ Phật thân đắc độ giả, Quán Thế Âm Bồ Tát tức hiện Phật thân nhi vị thuyết pháp; ưng dĩ Bích Chi Phật thân đắc độ giả, tức hiện Bích Chi Phật thân nhi vị thuyết pháp; ưng dĩ Thinh Văn thân đắc độ giả, tức hiện Thinh Văn thân nhi vị thuyết pháp; ưng dĩ Phạm Vương thân đắc độ giả, tức hiện Phạm Vương thân nhi vị thuyết pháp; ưng dĩ Đế Thích thân đắc độ giả, tức hiện Đế Thích thân nhi vị thuyết pháp; ưng dĩ tự tại thiên thân đắc độ giả, tức hiện tự tại thiên thân nhi vị thuyết pháp; ưng dĩ đại tự tại thiên thân đắc độ giả, tức hiện đại tự tại thiên thân nhi vị thuyết pháp; ưng dĩ thiên đại tướng quân thân đắc độ giả, tức hiện thiên đại tướng quân thân nhi vị thuyết pháp; ưng dĩ tỳ sa môn thân đắc độ giả, tức hiện tỳ sa môn thân nhi vị thuyết pháp; ưng dĩ tiểu vương thân đắc độ giả, tức hiện tiểu vương thân nhi vị thuyết pháp; ưng dĩ trưởng giả thân đắc độ giả, tức hiện trưởng giả thân nhi vị thuyết pháp; ưng dĩ cư sĩ thân đắc độ giả, tức hiện cư sĩ thân nhi vị thuyết pháp; ưng dĩ tể quan thân đắc độ giả, tức hiện tể quan thân nhi vị thuyết pháp; ưng dĩ bà la môn thân đắc độ giả, tức hiện bà la môn thân nhi vị thuyết pháp; ưng dĩ tỳ kheo, tỳ kheo ni, ưu bà tắc, ưu bà di thân đắc độ giả, tức hiện tỳ kheo, tỳ kheo ni, ưu bà tắc, ưu bà di thân nhi vị thuyết pháp; ưng dĩ trưởng giả, cư sĩ, tể quan, bà la môn, phụ nữ thân đắc độ giả, tức hiện phụ nữ thân nhi vị thuyết pháp; ưng dĩ đồng nam, đồng nữ thân đắc độ giả, tức hiện đồng nam, đồng nữ thân

nhi vị thuyết pháp; ưng dĩ thiên, long, dạ xoa, càn
thát bà, a tu la, ca lầu la, khẩn na la, ma hầu la già,
nhơn, phi nhơn đẳng thân đắc độ giả tức giai hiện
chi nhi vị thuyết pháp; ưng dĩ chấp kim cang thần
đắc độ giả, tức hiện chấp kim cang thần nhi vị
thuyết pháp.

"Vô Tận Ý! Thị Quán Thế Âm Bồ Tát thành tựu
như thị công đức, dĩ chủng chủng hình, du chư quốc
độ, độ thoát chúng sanh. Thị cố nhữ đẳng ưng
đương nhứt tâm cúng dường Quán Thế Âm Bồ Tát.
Thị Quán Thế Âm Bồ Tát Ma Ha Tát, ư bố úy cấp
nạn chi trung năng thí vô úy, thị cố thử ta bà thế
giới, giai hiệu chi vi thí vô úy giả."

Vô Tận Ý Bồ Tát bạch Phật ngôn: "Thế Tôn!
Ngã kim đương cúng dường Quán Thế Âm Bồ Tát."
Tức giải cảnh chúng bảo châu, anh lạc, giá trị bá
thiên lượng kim, nhi dĩ dữ chi, tác thị ngôn: "Nhơn
giả thọ thử pháp thí trân bảo anh lạc." Thời Quán
Thế Âm Bồ Tát bất khẳng thọ chi.

Vô Tận Ý phục bạch Quán Thế Âm Bồ Tát
ngôn: "Nhơn giả mẫn ngã đẳng cố, thọ thử anh lạc."

Nhĩ thời Phật cáo Quán Thế Âm Bồ Tát:
"Đương mẫn thử Vô Tận Ý Bồ Tát cập tứ chúng:
thiên, long, dạ xoa, càn thát bà, a tu la, ca lâu la,
khẩn na la, ma hầu la già, nhơn, phi nhơn đẳng cố,
thọ thử anh lạc."

Tức thời Quán Thế Âm Bồ Tát, mẫn chư tứ
chúng, cập ư thiên, long, nhơn, phi nhơn đẳng, thọ

kỳ anh lạc, phân tác nhị phần: Nhứt phần phụng Thích Ca Mâu Ni Phật, nhứt phần phụng Đa Bảo Phật tháp.

"Vô Tận Ý, Quán Thế Âm Bồ Tát hữu như thị tự tại thần lực, du ư ta bà thế giới."

Nhĩ thời Vô Tận Ý Bồ Tát dĩ kệ vấn viết:

Thế Tôn diệu tướng cụ
Ngã kim trùng vấn bỉ.
Phật tử hà nhơn duyên
Danh vi Quán Thế Âm?
Cụ túc diệu tướng tôn
Kệ đáp Vô Tận Ý:
Nhữ thính Quán Âm hạnh
Thiện ứng chư phương sở.
Hoằng thệ thâm như hải
Lịch kiếp bất tư nghị.
Thị đa thiên ức Phật
Phát đại thanh tịnh nguyện.
Ngã vị nhữ lược thuyết
Văn danh cập kiến thân.
Tâm niệm bất không quá
Năng diệt chư hữu khổ.
Giả sử hưng hại ý
Thôi lạc đại hỏa khanh.
Niệm bỉ Quán Âm lực

Hỏa khanh biến thành trì.
Hoặc phiêu lưu cự hải
Long ngư chư quỷ nạn.
Niệm bỉ Quán Âm lực
Ba lãng bất năng một.
Hoặc tại Tu Di phong
Vi nhơn sở thôi đọa.
Niệm bỉ Quán Âm lực
Như nhật hư không trụ.
Hoặc bị ác nhơn trục
Đọa lạc Kim Cang sơn.
Niệm bỉ Quán Âm lực
Bất năng tổn nhứt mao.
Hoặc trị oán tặc nhiễu
Các chấp đao gia hại.
Niệm bỉ Quán Âm lực
Hàm tức khởi từ tâm.
Hoặc tao vương nạn khổ
Lâm hình dục thọ chung.
Niệm bỉ Quán Âm lực
Đao tầm đoạn đoạn hoại.
Hoặc tù cấm già tỏa
Thủ túc bị nữu giới.
Niệm bỉ Quán Âm lực
Thích nhiên đắc giải thoát.

Chú trớ chư độc dược
Sở dục hại thân giả.
Niệm bỉ Quán Âm lực
Hoàn trước ư bổn nhơn.
Hoặc ngộ ác la sát
Độc long chư quỷ đẳng.
Niệm bỉ Quán Âm lực
Thời tất bất cảm hại.
Nhược ác thú vi nhiễu
Lợi nha trảo khả bố.
Niệm bỉ Quán Âm lực
Tật tẩu vô biên phương.
Ngoan xà cập phúc yết
Khí độc yên hỏa nhiên.
Niệm bỉ Quán Âm lực
Tầm thinh tự hồi khứ.
Vân lôi cổ xiết điện
Giáng bạc chú đại võ
Niệm bỉ Quán Âm lực
Ứng thời đắc tiêu tán.
Chúng sanh bỉ khổn ách
Vô lượng khổ bức thân.
Quán Âm diệu trí lực
Năng cứu thế gian khổ.
Cụ túc thần thông lực

Quảng tu trí phương tiện.
Thập phương chư quốc độ
Vô sát bất hiện thân.
Chủng chủng chư ác thú
Địa ngục quỷ, súc sanh.
Sanh, lão, bệnh, tử, khổ
Dĩ tiệm tất linh diệt.
Chơn quán thanh tịnh quán
Quảng đại trí huệ quán.
Bi quán cập từ quán
Thường nguyện thường chiêm ngưỡng.
Vô cấu thanh tịnh quang
Huệ nhật phá chư ám.
Năng phục tai phong hỏa
Phổ minh chiếu thế gian.
Bi thể giới lôi chấn
Từ ý diệu đại vân.
Chú cam lồ pháp võ
Diệt trừ phiền não diệm.
Tranh tụng kinh quan xứ
Bố úy quân trận trung.
Niệm bỉ Quán Âm lực
Chúng oán tất thối tán.
Diệu âm Quán Thế Âm
Phạm âm hải triều âm.

Thắng bỉ thế gian âm
Thị cố tu thường niệm.
Niệm niệm vật sanh nghi
Quán Thế Âm tịnh thánh.
Ư khổ não tử ách
Năng vị tác y hỗ.
Cụ nhứt thế công đức
Từ nhãn thị chúng sanh.
Phước tụ hải vô lượng
Thị cố ưng đảnh lễ.

Nhĩ thời Trì Địa Bồ Tát tức tùng tòa khởi, tiền bạch Phật ngôn: "Thế Tôn, nhược hữu chúng sanh văn thị Quán Thế Âm Bồ Tát phẩm, tự tại chi nghiệp, phổ môn thị hiện thần thông lực giả, đương tri thị nhơn công đức bất thiểu."

Phật thuyết thị Phổ Môn Phẩm thời, chúng trung bát vạn tứ thiên chúng sanh, giai phát vô đẳng đẳng a nậu đa la tam miệu tam bồ đề tâm.

CHUNG

LỤC TỰ ĐẠI MINH CHƠN NGÔN:

Ôm ma ni bát mê hùm. (108 lần)

QUAN ÂM KINH TÁN

Phổ Môn thị hiện
Cứu khổ tầm thinh
Từ bi thuyết pháp độ mê tân
Phó cảm ứng tùy hình
Tứ hải thanh ninh
Bát nạn vĩnh vô xâm.

THẬP NHỊ NGUYỆN

1) Nam mô hiệu Viên Thông danh Tự Tại, Quan Âm Như lai quảng phát hoằng thệ nguyện.

2) Nam mô nhứt niệm tâm vô quái ngại, Quan Âm Như lai thường cư Nam Hải nguyện.

3) Nam mô trụ Ta Bà u minh giái, Quan Âm Như lai tầm thinh cứu khổ nguyện.

4) Nam mô hàng tà ma trừ yêu quái, Quan Âm Như lai năng trừ nguy hiểm nguyện.

5) Nam mô thanh tịnh bình thùy dương liễu, Quan Âm Như lai cam lộ sái tâm nguyện.

6) Nam mô đại từ bi năng hỷ xả, Quan Âm Như lai thường hành bình đẳng nguyện.

7) Nam mô trú dạ tuần vô tổn hoại, Quan Âm Như lai thệ diệt tam đồ nguyện.

8) Nam mô vọng Nam nham cần lễ bái, Quan Âm Như lai dà tỏa giải thoát nguyện.

9) Nam mô tạo pháp thuyền du khổ hải, Quan Âm Như lai độ tận chúng sanh nguyện.

10) Nam mô tiền tràng phan hậu bảo cái, Quan Âm Như lai tiếp dẫn Tây phương nguyện.

11) Nam mô Vô Lượng Thọ Phật cảnh giới, Quan Âm Như lai Di Đà thọ ký nguyện.

12) Nam mô đoan nghiêm thân vô tỷ trại, Quan Âm Như lai quả tu thập nhị nguyện.

(3 tiếng chuông)

CỬ TÁN

Quan Âm Đại sĩ phổ hiệu Viên Thông
Thập nhị đại nguyện thệ hoằng thâm
Khổ hải phiếm từ phong
Phổ tế tâm dung
Sát sát hiện vô cùng.
Nam mô Thánh Quán Tự Tại Bồ tát ma ha tát.
(câu chót niệm 3 lần, 3 tiếng chuông)

CỨU KHỔ CHƠN KINH

Nam mô đại từ đại bi quảng đại linh cảm Quan Thế Âm Bồ tát. [Đọc 3 lần]

Nam mô cứu khổ cứu nạn Quan Thế Âm Bồ tát, bá thiên vạn ức Phật, hằng hà sa số Phật, vô lượng công đức Phật. Phật cáo A Nan ngôn, thử kinh đại thánh, năng cứu ngục tù, năng cứu trọng bịnh, năng cứu tam tai, bá nạn khổ. Nhược hữu nhơn tụng đắc nhứt thiên biến, nhứt thân ly khổ nạn, tụng đắc nhứt vạn biến, hiệp gia ly khổ nạn.

Nam mô Phật lực oai. Nam mô Phật lực hộ. Sử nhơn vô ác tâm. Linh nhơn thân đắc độ. Hồi quang bồ tát, hồi thiện bồ tát, a nậu đại thiên vương chánh điện bồ tát, ma kheo ma kheo, thanh tịnh tỳ kheo, quan sự đắc tán, tụng sự đắc hưu. Chư đại bồ tát, ngũ bá a la hớn, cứu hộ *đệ tử nhứt thân*[2] ly khổ nạn. Tự ngôn Quan Thế Âm anh lạc bất tu giải. Cần độc thiên vạn biến, tai nạn tự nhiên đắc giải thoát. Tín thọ phụng hành, tức thuyết chơn ngôn viết: Kim ba kim ba đế. Cầu ha cầu ha đế. Đa la ni đế. Ni ha la đế. Tì lê ni đế. Ma ha dà đế. Chơn lăng càn đế. Ta bà ha. [Đọc kinh ba lượt]

---

[2] Nhiều bản kinh thay bốn chữ *đệ tử nhứt thân* bằng chỗ trống [...] để điền họ tên của người đang cần được Bồ tát Quan Âm cứu khổ. Nếu cầu an cho bá tánh thì đọc: cứu hộ chúng sanh ly khổ nạn.

PHƯƠNG DANH QUÝ VỊ PHÁT TÂM ẤN TỐNG
BẢO PHÁP CHƠN KINH

1) Nguyễn Thị Trâm (Ngọc Trâm Hương), CA 100
2) Phùng Thị Phước, San Jose, CA 50
3) Huỳnh Ngọc Thu, CA 40
4) Nguyễn Thị Thu Trang, CANADA .... 500 CAD
5) Judy Huỳnh, Milpitas, CA 20
6) Lê Minh Bền, San Jose, CA 20
7) Khanh P. Hồ, Milpitas, CA 100
8) Nguyễn Thanh Sang, San Jose, CA 5
9) Đỗ Thị Hường (Diệu Lượng), San Jose, CA 20
10) Nguyễn Thị Thùy Hương, San Jose, CA 20
11) Nguyễn Thị Tú Oanh, San Jose, CA 20
12) Nguyễn Bảo Châu, San Jose, CA 20
13) Lê Nguyễn Thùy Trang, San Jose, CA 20
14) Đặng Thiên Ân, San Martin, CA 100
15) Đặng Thiên Kim, San Martin, CA 100
16) Hoàng Nguyễn, San Jose, CA 50
17) Phương Lê, San Jose, CA 20
18) Nguyễn Lan Alina, San Jose, CA 20
19) Hoàng Đình Linh Vũ, San Jose, CA 20
20) Hoàng Nguyễn Lynda, San Jose, CA 20
21) Hoàng Đình Quang Vinh, San Jose, CA 20
22) Hoàng Nguyễn Linh Sương, San Jose, CA 20
23) Kim Hương Trần, San Jose, CA 20
24) Nguyễn Quang Trung, San Jose, CA 50
25) Lê Cẩm Châu, San Jose, CA 50

26) Kimberly Khiêm Lý, San Jose, CA 100
27) Vương Ánh Hoa, Allentown, PA 50
28) Trần Kim Quang, Alhambra, CA 20
29) Mai Thị Khuê (Diệu Ngọc), San Jose, CA 60
30) Hồng Thị Phúc (Chơn Diệu Thu), San Jose, CA 60
31) Hồng Tiffany (Chơn Thường Xuân), San Jose, CA 60
32) Trần Tuấn Kiệt, San Jose, CA 60
33) Hà Xuân Việt, San Jose, CA 60
34) Hồng Thu Cúc (Giác Mẫn), San Jose, CA 20
35) Trần Kim Yến (Diệu Quang Minh), Wichita, KS 40
36) Diệp Hữu Phước, Wichita, KS 30
37) Hương linh Nguyễn Kim Lan 10
38) Lý Hoàng Phong & Nguyễn Thị Thanh Thủy, NJ 50
39) Huỳnh Dậm, Garland, TX 200
40) Lâm Thị Viên, Garland, TX 200
41) Huỳnh Cẩm Đôn, Garland, TX 200
42) Dương Muộn, Santa Ana, CA 30
43) Nguyễn Thị Lời (Vân), VIỆT NAM 20
44) Hoàng Khai, VIỆT NAM 20
45) Hoàng Kim Long, VIỆT NAM 20
46) Hoàng Thị Ngọc Diễm, VIỆT NAM 20
47) Hoàng Kim Bảo, VIỆT NAM 20
48) Hoàng Ngọc Lan, Irvine, CA 20
49) Hoàng Ngọc Hà, Irvine, CA 20
50) Hoàng Ngọc Phương, VIỆT NAM 20
51) Minh Trí & Diệu Tín, Gilroy, CA 10
52) Phạm Thị Đức (Diệu Phúc), San Jose, CA 50
53) Trang Lý & Minh Trí, San Jose, CA 20
54) Thúy Liễu Lý, San Jose, CA 20
55) Mai Trương, San Jose, CA 20

56) Sonny Nguyễn, San Jose, CA 5

57) Tùng Phạm, San Jose, CA 5

58) Trúc Lê, San Jose, CA 5

59) Thùy Linh & Phong Lý, San Jose, CA 20

60) Phù Trí Cường, San Jose, CA 60

61) Nguyễn Thành Long & Nguyễn Thị Ánh, CA 100

62) Nguyễn Thanh Tâm & Lê Văn Thuận, CA 100

63) Bé Lê Cardin & Lê Nguyễn Jasmine, CA 50

64) Lâm Thị Lệ, San Diego, CA 50

65) Võ Thị Hoa, San Diego, CA 5

66) Trần Thị Dạ Thảo, San Diego, CA 10

67) Lý Kha, San Diego, CA 10

68) Phung Mica, San Diego, CA 10

69) Bê Châu, San Diego, CA 100

70) Vivian H. Nguyễn, San Diego, CA 100

71) G/đ Nguyễn Thanh Mai, San Diego, CA 200

72) Kyle Lê, San Diego, CA 20

73) Lê Thị Mộng Hà, San Diego, CA 10

74) Huỳnh Cindy, San Diego, CA 5

75) Sandy Võ, San Diego, CA 50

76) Hương Đỗ, San Diego, CA 20

77) Nam Lư, San Diego, CA 20

78) Nam Nguyễn, San Diego, CA 5

79) Long Bang, San Diego, CA 20

80) Nguyễn Đức Thu Nga, Sacramento, CA 50

81) Nguyễn Giỏi / Chiếu Tôn, Aurora, CO 50

82) Cao Phượng Nhi Vivian, Aurora, CO 50

83) Lê Anh Phượng, Aurora, CO 50

84) Hùng Quách & Út Thi, Bourg, LA 20

85) Quách Thị Diane & Trương Thơm, Chauvin, LA 20

86) Trần Văn Quốc, Houston, TX 50
87) Nguyễn Thanh Giàu, Carrollton, TX 50
88) Đỗ Ngọc Thoa, Carrollton, TX 50
89) Nguyễn Ngọc Thanh, Carrollton, TX 50
90) Nguyễn Thanh Tú, Carrollton, TX 50
91) Nguyễn Văn Hạnh (Viên Đạo & Diệu Mỹ), MD 40
92) Lê Thị Kim Long, Falls Church, VA 100
93) Nguyễn Thị Ngọc Diễm, Falls Church, VA 50
94) Nguyễn Ngọc Bảo, Falls Church, VA 50
95) Nguyễn Hữu Riêm, Falls Church, VA 50
96) Trần Thị Ở, Falls Church, VA 50
97) Nguyễn Băng Tâm, Falls Church, VA 20
98) Nguyễn Anh Huy, Falls Church, VA 20
99) Nguyễn Khắc Bình, Falls Church, VA 20
100) Nguyễn Trung Ngọc, Falls Church, VA 20
101) Nguyễn Thanh Phong, Falls Church, VA 20
102) Trần Thị Trừ & Lê Văn Tài, Fredericksburg, VA 50
103) Lê Thị Thu Trang & Nguyễn Quang Sơn, VA 20
104) Lê Thị Thùy Trang & Nguyễn Văn Sang, VA 20
105) Lê Thị Thảo Trang & Jun Woo Lee, VA 50
106) Lê Thị Diễm Trang & Mervin Salanga Munoz, VA 20
107) Lê Anh Tuấn & Nguyễn Thị Hoàng Điệp, VA 20
108) Lê Tuấn Tú & Trần Đỗ Anh Đào, VA 20
109) Gia đình Trần Ngọc Ken, Alhambra, CA 100
110) Thái Gia Phương, Houston, TX 50
111) Nguyễn Thị Hoàng, Milpitas, CA 20
112) Lê Văn Châu, Hayward, CA 10
113) Lê Thị Chinh, Hayward, CA 10
114) Lê Minh Châu, Hayward, CA 20
115) Bùi Văn Hôn (Thiện Duyên Thông), CA 20

116) Trần Ngọc Uyên & Nguyễn Thu Sương, San Diego, CA .. 30
117) Tỉnh Chapman (Nguyên Lự), Dothan, AL 50
118) Kim Russell, Wichita, KS 100
   hồi hướng cho cha Lê Văn Công và mẹ Lâm Thị Chiên
119) Nguyễn Minh Lý, Irving, TX 100
120) Huỳnh Mai Ngô (Diệu Thanh), Maple Grove, MN 100
121) Phạm Thị Gấm, Santa Ana, CA 20
122) Hứa Thị Lệ Tuyết, Santa Ana, CA 20
123) Hứa Mỹ Phượng, San Diego, CA 200
124) Tôn Dương & Nhân Ngô, Kennedale, TX 500
125) Minh Dương & Tú Trương, Kennedale, TX 400
126) Toby Lane & Sáu Dương, Kennedale, TX 100
127) Toàn Dương & Trang Lê, Kent, WA 100
128) Dững Dương & Tiên Trịnh, Kent, WA 100
129) Nguyễn Thị Cẩm Giang (Tâm San), Bronx, NY 20
130) Nguyễn Khánh Đản, Bronx, NY 30
131) Vũ Kim Liên (Thân Phụ), Garland, TX 25
132) Bùi Thị Sĩ, VIỆT NAM 100
133) Vũ Văn Đạm, Oklahoma City, OK 30
134) Thái Thị Tuyết Nhung (Hương Mai), OKC, OK 30
135) Vũ Thái Hoàng Ân (Huê Không), OKC, OK 40
136) Hồ Văn Hoàng, Lexington, KY 20
137) Nguyễn Ngọc Thành, Lexington, KY 20
138) G/đ Nguyễn Thái Bình & Tịnh Ngọc, Houston, TX 20
139) Loan Lê & Chơn Đức, Cambridge, MN 50
140) G/đ Kevin Trương, Bronx, NY 200
141) Lục Gia Bình & các con, Garland, TX 100
hồi hướng công đức cho chồng và cha là Tạ Hưng Hòa (Phổ Đạt)
142) Đặng Đình Đại (Ngọc Quang Chơn), San Jose, CA 50
143) Lý Thái Thu Uyên, San Jose, CA 50

144) William Nguyễn, Dorchester, MA 30

145) Lưu Vĩnh Tươi, Sunnyvale, CA 20

146) Trần Thị Tôn, Tustin, CA 40

147) Trần Thu Liễu, Garden Grove, CA 20

148) Benjamin Nguyễn, Garden Grove, CA 20

149) Lê Thị Mỹ Lành, Raleigh, NC 200

150) Nguyễn Văn Châu, San Jose, CA 20

151) Nguyễn Thị Yến, San Jose, CA 20

152) Nguyễn Thanh Terry, San Jose, CA 20

153) Nguyễn Thanh Kevin, San Jose, CA 20

154) Nguyễn Văn Phúc, San Jose, CA 20

155) Võ Thị Trư (Đức Minh Lạc), San Jose, CA 20

156) Định Huỳnh, Oakland, CA 50

157) Nguyễn Thị Tú Anh (Diệu Minh), Tampa, FL 12

158) Tăng Thị Xuân & Marcel Tibo, Pinellas Park, FL 100

159) Lê Văn Tấn & Lê Văn Diễn, Atlanta, GA 100

160) Nguyễn Thị Quy, Palmer, PA 20

161) Minh Trương & Nguyễn Thị Vân, Springfield, VA 50

162) Nguyễn Như Quyến, Alexandria, VA 20

163) Khang Đào, Kaneohe, HI 300

164) Kim Quy Thomson, Alameda, CA 100

165) Nguyễn Thị Tú Anh, Tampa, FL 10

166) Nguyễn Thành Hai, Morgantown, WV 10

167) Từ Ngọc Liên, Torrington, CT 25

168) Nguyễn Đình Cường, Torrington, CT 25

169) Từ Văn Xuân, Torrington, CT 25

170) Từ Ngọc Dung, Torrington, CT 25

171) Huỳnh Thị Sót, VIỆT NAM 20

172) Lê Quang Đức, Burien, WA 25

173) Lý Bội Anh, El Monte, CA 50

174) Mireille Huỳnh (Diệu Đức), Denver, CO 100

175) Điểu Phạm (Diệu Tâm), Denver, CO 100

176) Võ Đôn Hội, Modesto, CA 50

177) Nguyễn Thị Thu Vân, Modesto, CA 50

178) Nguyễn Thị Ngô, La Puente, CA 100

179) G/đ Nguyễn Văn Hai, Racine, WI 50

180) Quảng Lạc Phước hồi hướng cho h/l Thái Văn Ngọc 20

181) Nguyễn Thị Cẩm Ty, San Jose, CA 30

182) James Đinh, San Jose, CA 100

183) Lê Phạm, San Jose, CA 30

184) G/đ Huỳnh Thị Tuyết Mai, Jersey City, NJ 30

185) Sanh Trương & Anh Trần, San Jose, CA 500

186) Lynn Trương, San Jose, CA 100

187) Alex Trương, San Jose, CA 100

188) Hồng Nguyệt Thúy & Nguyễn Kim Hoa, San Jose, CA ... 40

189) Huỳnh Thị Mộng Thu, Elk Grove, CA 60

190) Mai Bạch Xinh, San Jose, CA 50

191) Nguyễn Đức Thuấn, Elk Grove, CA 50

192) Hồ Thị Bé, San Jose, CA 50

193) Quan Thị Bích Ngọc, Olympia, WA 20

194) Lê Thị Hoàng, Olympia, WA 20

195) Hoa Quách, Olympia, WA 20

196) Lê Thị Kim Loan, Olympia, WA 20

197) Trịnh Văn Đặng, Turtle Creek, PA 5

198) Nguyễn Thị Mận (Ngọc Tâm Diệu), RSM, CA 20

199) Huỳnh Thị Ngọc Hoa, San Jose, CA 30

200) Nguyễn Bích Ngọc, San Leandro, CA 50

201) Lê Thị Xuân Hà, Baton Rouge, LA 50

202) Lê Thị Xuân Hồng, Baton Rouge, LA 20

203) Trương Thị Nhàn, Baton Rouge, LA 50

THIÊN LÝ BỬU TÒA xin chân thành cảm tạ toàn thể quý chức sắc, chức việc, đạo tâm, đạo hữu có tên trong danh sách nêu trên đã phát tâm công quả, góp tay ấn tống quyển "**BẢO PHÁP CHƠN KINH**" này và các kinh sách khuyến thiện khác trong tương lai.

Thành tâm cầu nguyện **ĐẤNG CHÍ TÔN, ĐỨC PHẬT MẪU,** cùng **THẬP PHƯƠNG CHƯ PHẬT THÁNH TIÊN** hộ trì cho dương thới, âm siêu, đạo pháp phục hưng, tất cả chúng sanh sớm tỏ ngộ **ĐẠI ĐẠO,** phát tâm bồ đề kiên cố, cùng nhau tu học đến quả vị viên giác.

□ **Nam mô Huyền Khung Cao Thượng Đế Ngọc Hoàng Đại thiên tôn.**

□ **Nam mô Diêu Trì Kim Mẫu Vô Cực Đại từ tôn.**

□ **Nam mô thập phương chư Phật Thánh Tiên cảm ứng chứng minh.**

CÁC KINH SÁCH ĐÃ ĐƯỢC ẤN TỐNG

- ❑ Đại Giác Thánh Kinh và Kinh Thánh Giáo Pháp
- ❑ Đại Thừa Chơn Giáo
- ❑ Bảo Pháp Chơn Kinh
- ❑ Quan Âm Phổ Chiếu Pháp Bảo Tâm Kinh
- ❑ Khuyến Nữ Hồi Tâm
- ❑ Địa Mẫu Chơn Kinh
- ❑ Thuyết Đạo: Chữ Tâm, Tình Thương, Ngọc Kinh
- ❑ Thánh Giáo Sưu Tập từ năm 1965 đến năm 1971
- ❑ Nữ Trung Tùng Phận
- ❑ Kinh Sám Hối
- ❑ Thánh ảnh Quán Thế Âm Bồ Tát
- ❑ Ngọc Minh Kinh
- ❑ Giáo Đoàn Nữ Giới
- ❑ Tu Chơn Thiệp Quyết
- ❑ Thánh Đức Chuyển Mê
- ❑ Thánh Đức Chơn Kinh
- ❑ Thánh Đức Chơn Truyền Trung Đạo
- ❑ Kinh Bình Minh Đại Đạo
- ❑ Hồi Dương Nhơn Quả và Ngọc Lịch Minh Kinh
- ❑ Thất Chơn Nhơn Quả
- ❑ Thánh Huấn Hiệp Tuyển (Quyển I & Quyển II)
- ❑ Huấn Từ Đức Chí Tôn Ngọc Hoàng Thượng Đế
- ❑ Đạo Pháp Bí Giải
- ❑ Tam Thừa Chơn Giáo
- ❑ Kinh Pháp Hoa
- ❑ Kinh Thiên Địa Bát Dương
- ❑ Tư Tưởng Đạo Gia (*Hàn Sinh tuyển, Lê Anh Minh dịch*)
- ❑ Ngô Văn Chiêu – Người Môn Đệ Cao Đài Đầu Tiên
  (*Huệ Khải – Sách song ngữ Việt Anh*)

❑ Bồi Dưỡng Đức Tin *(Ngọc Giáo hữu Bùi Văn Tâm)*
❑ Lòng Con Tin Đấng Cao Đài *(Huệ Khải)*
❑ Cơ Duyên và Tuổi Trẻ
(Thượng Giáo hữu Phạm Văn Liêm)
❑ Đất Nam Kỳ – Tiền Đề Văn Hóa Mở Đạo Cao Đài
(Huệ Khải – Sách song ngữ Việt Anh)
❑ Tìm Hiểu Kinh Sám Hối *(Thanh Căn – Huệ Khải)*

ĐÓN ĐỌC:

❑ Giải Mã Truyện Tây Du *(Huệ Khải)*
❑ Hương Quế Cho Đời
(Thượng Giáo hữu Phạm Văn Liêm)
❑ Thiện Thư:
Cảm Ứng Thiên – Âm Chất Văn – Công Quá Cách
(Lê Anh Minh)
❑ Đất Nam Kỳ – Tiền đề pháp lý mở đạo Cao Đài
(Huệ Khải – Sách tam ngữ Việt Anh Pháp)
❑ Tìm Hiểu Ngọc Hoàng Thiên Tôn Bửu Cáo
(Huệ Khải)

CHUNG TAY CÔNG QUẢ PHÁP THÍ

Theo kinh *Tam Nguơn Giác Thế* (Chiếu Minh Đàn, Cần Thơ: Nhà in Phương Nam, do Tiền bối Cao Triều Trực ấn tống), trong đàn cơ ngày 02.11 Tân Mùi (thứ Năm 10.12.1931), đức **Thần oai Viễn trấn Quan Thánh Đế Quân** giáng dạy như sau (tr.36):

*"Phàm người tu hành mà đặt đặng **một bộ kinh sám** mà khuyên chúng làm lành thì người ấy đặng thành tiên. Còn người văn chương quân tử mà làm đặng **một pho sách** dạy chúng luân thường đạo lý thì người đặng thành thánh."*

Trong đàn cơ tại thánh tịnh Ngọc Minh Đài, ngày 23-12 Kỷ Dậu, thứ Sáu 30-01-1970, Đức **Giáo tông Đại đạo Thái Bạch Kim Tinh** dạy:

*"Hơn một lần, Bần Đạo có nói rằng bố thí thực phẩm cho người đói lòng là một nghĩa cử từ thiện có phước đức công quả, nhưng **bố thí lời đạo đức** để giác ngộ người đói kém về mặt tinh thần lại càng phúc đức, công quả trọng đại hơn."*

Thánh giáo soi rọi cho mọi người thấy rằng tiếp tay phổ truyền văn hóa đạo đức sâu rộng trong xã hội nhân sinh để góp phần xây dựng cuộc đời trở nên thuần lương thánh thiện là một việc rất quan trọng, rất cao quý. Thế nên kinh sách Tam Giáo xưa nay luôn dạy nhân sanh hãy biết làm pháp thí.

Tuy nhiên, một người mà muốn in cả ngàn cuốn là một điều khó, nhưng nếu nhiều người, **mỗi người một ít cùng nhau gieo cấy phước điền** thì việc lớn ắt thành mà không ai cảm thấy quá sức.

Nếu Quí vị phát tâm muốn công quả ấn tống kinh sách khuyến thiện trong tương lai, chi phiếu xin đề "**Thiên Lý Bửu Tòa**" với ghi chú "Kinh sách", và gởi về:

THIÊN LÝ BỬU TÒA
12695 Sycamore Ave
San Martin, CA 95046. USA
Điện thoại liên lạc: (408) 683-0674

Quí vị sẽ được biên nhận để khai khấu trừ tiền công quả vào thuế lợi tức cuối năm theo luật lệ hiện hành.

DI LẶC THIÊN TÔN

THƯỢNG NGƯƠN THÁNH ĐỨC
DIỆU MINH BẢO PHÁP
DI LẶC CHƠN KINH

Trình bày & Kỹ thuật: **NGỌC QUANG MINH**
Trình bày bìa: **LÊ ANH HUY**

Published by
www.tamgiaodongnguyen.com

Printed by
PAPYRUS (CHỈ THẢO)
1002 South 2nd St, San Jose, CA 95112. USA
Tel: (408) 971-8843
papyrusqt@yahoo.com